பரத்தைத் தொழிலில் ஒரு படித்த பெண்

பரத்தைத் தொழிலில் ஒரு படித்த பெண்

சசிகலா பாபு (பி. 1980)
மொழிபெயர்ப்பாளர்

கவிஞரும், மொழிபெயர்ப்பாளருமான சசிகலா பாபு சென்னையைப் பூர்வீகமாகக் கொண்டவர்.

இவருடைய கவிதைத் தொகுப்புகள்: 'ஓ. ஹென்றியின் இறுதி இலை', 'மறையத் தொடங்கும் உடல்கிண்ணம்'

இவரது மொழிபெயர்ப்புகள்:

வார்த்தைகளில் ஒரு வாழ்க்கை, பெர்சியாவின் மூன்று இளவரசர்கள், சூன்யப் புள்ளியில் பெண், பாஜக எப்படி வெல்கிறது?, குளிர்மலை, வாக்குறுதி, ஒரு கடல் இருநிலம், அமாவும் பட்டுப்புறாக்களும், சொல்லக் கூடாத உறவுகள், சோற்றுப்பாடு.

'பரத்தைத் தொழிலில் ஒரு படித்த பெண்' இவரது பதினோராவது மொழிபெயர்ப்பு.

மானதா தேவி

பரத்தைத் தொழிலில் ஒரு படித்த பெண்

காமமும் சுரண்டலும் வஞ்சகமும் நிறைந்த
ஒரு நினைவுக் குறிப்பு

தமிழில்
சசிகலா பாபு

காலச்சுவடு பதிப்பகம்

அன்பார்ந்த வாசகருக்கு,
வணக்கம்.

காலச்சுவடு நூலை வாங்கியமைக்கு நன்றி.

நூலின் உள்ளடக்கம், உருவாக்கம், அட்டைப்படம் இன்ன பிற அம்சங்கள் பற்றிய உங்கள் கருத்துகளையும் ஆலோசனைகளையும் காலச்சுவடு வரவேற்கிறது. தகவல், எழுத்து, வாக்கியப் பிழைகள் தென்பட்டால் அவசியம் தெரிவித்து உதவுங்கள். நூல் தயாரிப்பில் கடும் குறைபாடு இருப்பின் மாற்றுப் பிரதி உங்களுக்குக் கிடைக்கக் காலச்சுவடு ஏற்பாடு செய்யும்.

மின்னஞ்சல்: publisher@kalachuvadu.com

காலச்சுவடு நாகர்கோவில் அலுவலகத்திற்குக் கடிதம் அனுப்பலாம்.

தங்கள்
எஸ்.ஆர். சுந்தரம் (கண்ணன்)
பதிப்பாளர் – நிர்வாக இயக்குநர்

An Educated Woman in Prostitution by Manada Devi
© Manada Devi Translated from the Simon & Schuster edition 2021.

பரத்தைத் தொழிலில் ஒரு படித்த பெண் ✦ தன்வரலாறு ✦ ஆசிரியர்: மானதா தேவி ✦ ஆங்கிலத்திலிருந்து தமிழில்: சசிகலா பாபு ✦ மொழிபெயர்ப்புரிமை: சசிகலா பாபு ✦ முதல் பதிப்பு: டிசம்பர் 2023, மூன்றாம் பதிப்பு: ஜூலை 2024 ✦ வெளியீடு: காலச்சுவடு பப்ளிகேஷன்ஸ் (பி) லிட்., 669, கே.பி. சாலை, நாகர்கோவில் 629001

parattait tozilil oru paTitta peN ✦ Autobiography ✦ Author: Manada Devi ✦ Translation from English to Tamil by Sasikala Babu ✦ Translation © Sasikala Babu ✦ Language: Tamil ✦ First Edition: December 2023, Third Edition: July 2024 ✦ Size: Demy 1 X 8 ✦ Paper: 18.6 kg maplitho ✦ Pages: 144

Published by Kalachuvadu Publications Pvt. Ltd., 669, K.P. Road, Nagercoil 629001, India ✦ Phone: 91-4652-278525 ✦ e-mail: publications@kalachuvadu.com ✦ Printed at Mani Offset, Chennai 600077

ISBN: 978-93-6110-447-3

07/2024/S.No. 1273, kcp 5225, 18.6 (3) 9ss

பொருளடக்கம்

1. சிறுவயதில் நான் — 9
2. இளம்பருவத்தில் நான் — 18
3. வீட்டைவிட்டு ஓடினேன் — 26
4. தவறை உணர்ந்துகொண்டேன் — 36
5. பாவத்தின் பாதையில் நான் — 51
6. உடலை விற்றேன் — 62
7. சமூகத் திரை — 75
8. நெருப்புடன் விளையாடினேன் — 89
9. அருவருப்புச் சுழல் — 102
10. புதுமையான முறை — 116
11. தேநீர் விருந்து — 127
12. தோட்ட விருந்து — 131
    பின்னுரை — 137

1

சிறுவயதில் நான்

நான் 1307ஆம் ஆண்டு (ஆங்கிலக் காலண்டர்படி 1900இல்) ஆடி மாதம் 18ஆம் தேதி பிறந்தேன். என் அப்பா மதிப்புமிக்க பிராமணக் குடும்பத்தைச் சேர்ந்தவர், நான் அவரது முதல் குழந்தை. அவருடைய சந்ததியினரும் நெருங்கிய உறவினர்களும் குடும்பத்தாரும் உயிருடன் இருப்பதால், அவருடைய பெயரையும் குடும்பப் பின்னணியையும் என்னால் இங்கு வெளியிட முடியவில்லை. அவர்களின் சமூக அந்தஸ்து அற்பமானது அல்ல, அவர்கள் கையிலும் இந்தப் புத்தகம் கிடைக்கலாம். அவர்களை மனதை வேதனைப்படுத்த நான் விரும்பவில்லை.

என் தாத்தாவுக்கு ஏராளமான சொத்து; கல்கத்தாவில் நான்கு வீடுகளும் புறநகரில் பெரிய தோட்டத்துடன் கூடிய ஒரு வீடும் இருந்தன. வயதானதும் அவர் மாட்சிமை பொருந்திய மன்னரின் அரசாங்கப் பணியிலிருந்து ஓய்வு பெற்றார். கல்கத்தா உயர் நீதிமன்றத்தில் வக்கீலாக இருந்த என் அப்பா வேகமாக முன்னுக்கு வந்துகொண்டிருந்தார், அதற்காக அவர் அவ்வப்போது வெளியூர்ப் பயணமும் போக வேண்டியிருந்தது.

சட்டம் படித்துக்கொண்டிருந்த அப்பாவுக்கு என் தாத்தா உயிருடன் இருந்தபோதே திருமணம் நடந்துவிட்டது. என் அம்மாவின் குடும்பமும் கல்கத்தாவைச் சேர்ந்ததுதான். அவர்கள் அப்படி யொன்றும் பணக்காரர்கள் இல்லைதான், ஆனால் அம்மாவின் உயர்குடிப் பிறப்பும் நேர்த்தியான அழகும் அவரை மருமகளாக்கிக் கொள்ளத் தாத்தாவைத் தூண்டின. நான் பிறந்து இரண்டு ஆண்டுகளில் தாத்தா

இறந்துவிட்டார். அவரது அரவணைப்புக்குள் நானிருந்த மகிழ்ச்சி மட்டுமே இப்போது என் நினைவில் இருக்கிறது.

பெண் என்பதால் யாரும் என்னை ஒதுக்கிவிடவில்லை. அப்பாவின் நண்பர்கள் சிலர், 'முதல் குழந்தை பெண்ணாகப் பிறந்தால் அதிர்ஷ்டம்' என்று சொல்வார்கள். வேடிக்கைக்காகக்கூட அவர்கள் அதைச் சொல்லியிருக்கலாம், ஆனால் அவர்கள் சொன்னது நடந்தது என்றே தோன்றுகிறது; நான் பிறப்பதற்குச் சில மாதங்களுக்கு முன்பு அப்பா சட்டத் தொழிலைத் தொடங்கினார், அது நாளுக்கு நாள் தழைத்தது. மிக விரைவிலேயே 10,000 ரூபாய் ஆண்டு வருமானம் தரக்கூடிய ஒரு சிறிய பண்ணை நிலத்தை ஏலத்தில் வாங்கும் நிலைக்கு அவர் வந்துவிட்டிருந்தார்.

சிறு வயதில் எனக்கு உடம்பு படுத்திக்கொண்டே இருக்கும். அம்மாவுக்கு எப்போதும் அதைப் பற்றியே கவலை. என் உடம்பு தேற வேண்டுமென்று தாத்தா தாராளமாகச் செலவு செய்தார்; அவர் மரணப் படுக்கையில் கிடந்த கடைசி நொடியில் கூட என்னைத்தான் பார்த்துக் கொண்டேயிருந்ததாகச் சொன்னார்கள். இன்று எனக்குப் புரிகிறது, அந்த நல்ல மனிதர் எனக்குள் பாய்ச்சிய அவரது கடைசி மூச்சுதான் நான் மரணத்தின் விளிம்புவரை சென்ற ஒவ்வொரு முறையும் என்னைக் காப்பாற்றி உயிர்வாழ வைத்திருக்கிறது.

மூன்று வயதில் பெயர் தெரியாத காய்ச்சலொன்று என்னைத் தாக்கியது; நகரத்தில் இருந்த புகழ்பெற்ற அலோபதி, ஆயுர்வேத மருத்துவர்கள் அனைவரும் கைவிரித்துவிட்டனர். நான் முற்றிலுமாக உணர்விழந்து போய்விட்டேன். ஆனால் மிகச் சிறந்த மருத்துவரான, காலஞ்சென்ற துவாரகாநாத் சென்னின் திறமையான சிகிச்சையால் பிழைத்துவிட்டேன்.

அம்மா தினமும் சிவனிடம் வேண்டிக்கொண்டேயிருப்பார். ஒருநாள், தாங்க முடியாத மனவேதனையில் அவர் பூஜையறை யிலேயே மயங்கி விழுந்துவிட்டார். மயக்கம் தெளிந்ததும் அவர், "குக்குமோனி குணமாகிவிடுவாள், இனிக் கவலைப்பட ஒன்றுமில்லை" என்று சொன்னார். தன் இதயத்தில் போற்றி வணங்கிய இறைவனிடமிருந்து அவருக்கு வாக்கு ஏதேனும் கிடைத்ததா என்று எனக்குத் தெரியாது, ஆனால் அதன் பிறகு மருந்துகள் இல்லாமலேயே நான் குணமடையத் தொடங்கினேன் என்பது மட்டும் உண்மை. நான்கு மாதங்களுக்குள் என் உடல்நலம் மீண்டுவிட்டது.

அம்மாவின் தீவிர பக்திக்குத் தனிசக்தி இருக்கத்தான் செய்தது; மேகமில்லாத வானத்தில் ஒளிரும் நிலவைப் போல என் மேனி மெருகேறத் தொடங்கியது. என் உடல் வடிவம் பெற்றதையும்,

என் முகம் பொலிவடைந்ததையும், என் தலைமுடி நீளமாக அடர்ந்து வளர்ந்ததையும், என் தோற்றத்திலும் போக்கிலும் தெரிந்த நல்ல மாற்றத்தையும் பார்த்து என் குடும்பத்தினரும் அக்கம்பக்கத்தினரும் ஆச்சரியப்பட்டனர். அதற்கு முன்பெல்லாம் நான் அடக்கத்தோடு அமைதியாக இருப்பேன்; நோய் வந்துபோன பிறகு சுறுசுறுப்பாகிவிட்டேன். அம்மாவிடமிருந்து பணத்தை வாங்கிக்கொண்டு பிஸ்கட்டும் மிட்டாயும் வாங்கத் தெருமூலைக் கடைக்கு ஓடுவேன்; இல்லையென்றால், வானில் பறக்கும் பட்டங்களைப் பிடிக்க எங்களின் பெரிய மொட்டை மாடியில் அங்குமிங்கும் ஓடுவேன் – விழுந்துவிடுவோம் என்ற பயமே இருக்காது. சில சமயங்களில் எங்கள் வீட்டு வேலைக்காரிகளுடன் அவர்களின் வீட்டுக்குச் செல்வேன், நான் செய்யும் குறும்புகள் அவர்களைப் போதும்போதும் என்றாக்கிவிடும். என் அப்பாவின் அறைக்குள் நுழைந்து ரகளை செய்வேன். வீட்டில் வேறு குழந்தைகள் இல்லாததால், என் கூச்சலும் சிரிப்பும் மட்டும்தான் வீடு முழுக்க எதிரொலிக்கும். நான் சிறுவயதில் செய்த இந்தச் சேட்டைகளை என் அப்பா பின்னர் சொல்லிக் காட்டியபோதெல்லாம் எனக்கு வெட்கமாக இருக்கும்.

குளிப்பதென்றால் எனக்கு ரொம்பப் பிடிக்கும். அம்மா சொல்லி அப்பா எனக்காக முற்றத்தில் ஒரு பெரிய தொட்டியைக் கட்டித் தந்தார். அதன் நடுவில் ஒரு அழகான நீரூற்று. ஆறோ ஏழோ வயதில் நான் நீந்தக் கற்றுக்கொண்டேன். குளிக்கச் செல்லும் முன் அக்கம்பக்கத்திலுள்ள என் வயதுக் குழந்தைகள் எல்லோரையும் கூட்டிவந்துவிடுவேன். நாங்கள் தண்ணீரில் மணிக்கணக்காக விளையாடுவோம், கத்துவோம், சந்தோஷமாகச் சிரிப்போம். அம்மா செல்லம் நான், எனவே அப்பாவால் என்னைத் திட்ட முடியாது.

எனக்கு இன்னொரு பழக்கமும் தொற்றிக்கொண்டது – தினமும் மதிய வேளையில் மோட்டார் காரில் வெளியே சவாரி செல்வது. அப்பாவால் என்னோடு வரமுடியாதபோது அம்மா வருவார். அம்மாவின் சொந்தக்காரர் ஒருவர் – அவர் பெயர் நந்தலால், நான் அவரை நந்தா தாதா என்று அழைப்பேன் – எங்கள் வீட்டில் தங்கி அருகிலிருந்த பள்ளியொன்றில் படித்துக் கொண்டிருந்தார். சில சமயம் நான் அவருடன் வெளியே போவேன். சாலையின் இருபுறமும் உள்ள நன்கு அலங்கரிக்கப் பட்ட கடைகள், டிராம் வண்டிகள், சரம்சரமாய் தொங்கும் மின்விளக்குகள், சாலையில் நடந்து செல்வோர் எனக் கண்ணில் படுபவை எல்லாமும் எனக்கு அளவில்லாத மகிழ்ச்சியைத் தந்தன. சிறுவயதில் நான் அலிபூர் மிருகக்காட்சி சாலை, சௌரங்கீ அருங்காட்சியகம், ஹவுரா பாலம், பரேஷ்நாத் தோட்டங்கள்,

காளிகாட் கோவில் போன்ற இடங்களுக்கு அடிக்கடி சென்றிருக்கிறேன்.

பொம்மைகளுடன் விளையாடுவதைவிட வீட்டில் பறவைகளை வளர்ப்பதைத்தான் நான் அதிகம் விரும்பினேன். அப்பா எனக்காக எல்லா விதமான அழகுப் பறவைகளையும் வாங்கித் தந்தார்; புறா, மைனா, கிளி, காக்கடூ, நைட்டிங்கேல், மேக்பை போன்றவை. எனக்கு நாய்கள் மீதோ பூனைகள் மீதோ ஆசை இருந்ததில்லை, பூக்கள் மீதும் ஈர்ப்பு இல்லை. வளர வளர எனக்குப் பறவைகள் மீதிருந்த மோகமும் குறைந்துபோனது.

அம்மா இரண்டாவது பிரசவத்தின்போது குழந்தையும் கருவிலேயே இறந்து அவரும் இறந்துபோனார். 1910இல், அப்போது எனக்குப் பத்து வயது. மரணமென்றால் என்னவென்று எனக்குத் தெரிந்திருந்தது; யாராலும் பொய் சொல்லி என்னை ஏமாற்றவோ, சமாதானப்படுத்தவோ முடியவில்லை. நான் அடங்காமல் கதறியழுது தரையில் விழுந்து புரண்டேன். அப்பா என்னைத் தூக்கிக்கொண்டார், நானோ கசாப்புக்குப் போகும் ஆட்டைப் போல அடித்துப் பிடித்துக் கீழே இறங்கினேன். அக்கம்பக்கத்தினர் அம்மாவின் உடலை மலர்களால் அலங்கரித்துத் தூக்கிச் சென்றனர்; நான் அவர்கள் பின்னாலேயே ஓடினேன். கொஞ்ச தூரம் ஓடியதும் நடைபாதையில் தலைகுப்புற நான் விழுந்தது இப்போதும் நினைவிருக்கிறது. தலையை உயர்த்திப் பார்த்தபோது, உடலைத் தூக்கிச் செல்பவர்கள் தூரத்தில் போவது தெரிந்தது; என் பார்வைக்குக் கடைசியாகத் தெரிந்ததெல்லாம் அம்மாவின் உடல் கிடந்த கட்டிலில் இருந்து எட்டிப் பார்த்த, ஓரங்களில் செங்குழம்பு பூசிய அவரது உள்ளங்கால்கள்தான்.

என் துயர வாழ்க்கையை எழுதும் இந்நாளில் கண்ணீர் அளவில்லாமல் வழிகிறது. இத்தனை வருடங்களாக நான் சிந்திய கண்ணீரெல்லாம் என் அம்மாவின் பாதங்களில் சேர்ந்து, அதில் தீட்டியிருந்து உலர்ந்துபோன சிவப்புக் கோடுகளை ஈரமாக்கி, அவற்றை மீண்டும் புதிதுபோல் ஆக்குவதாக எனக்குத் தோன்றுகிறது.

அம்மா இறந்தபோது அப்பா விடாமல் அழுதுகொண்டே இருந்தார்; துக்கத்தில் மூன்று நாள்கள் எதுவும் சாப்பிடாமலிருந்த அவரை நண்பர்கள் வற்புறுத்திச் சாப்பிட வைத்தனர். சேப்பியா வண்ணத்தில் அம்மாவின் மிகப்பெரிய புரோமைட் புகைப்படமொன்று அப்பாவின் அறையில் இருந்தது; என் ஏழாவது பிறந்தநாளில் எனக்கு அதைப் பரிசாகக் கொடுத்தார். எழுநூற்றைம்பது ரூபாய் செலவில் இங்கிலாந்தில் தயார்செய்து

வாங்கிய படம் அது. அம்மா மறைந்த பிறகு அவர் ஒவ்வொரு நாளும் அதற்குப் பூமாலை சூட்டிவந்தார்.

அம்மா இருந்தபோதே நான் பெத்யூன் பள்ளியில் சேர்ந்துவிட்டேன்; அவர் இறந்தபோது நான் ஆறாம் வகுப்பு படித்துக்கொண்டிருந்தேன். தனி ஆசிரியரொருவர் வீட்டிற்கு வந்து எனக்கும் நந்தா தாதாவுக்கும் சொல்லிக்கொடுத்தார். அம்மா இறந்த பிறகு அப்பா என்னைப் பள்ளியிலிருந்து நிறுத்திவிட்டு, எனக்குப் படிப்பு சொல்லித்தர பிரசித்திப் பெற்ற ஆசிரியர் ஒருவரை நியமித்தார். என்னைத் தன் பக்கத்திலேயே வைத்துக்கொண்டால் தனது துக்கம் தணியும் என்று அவர் இந்த ஏற்பாட்டைச் செய்திருக்கலாம். எது எப்படியோ, இந்த மாற்றம் என் படிப்பைக் கெடுக்கவில்லை.

ஆறு மாதங்கள் கடந்தன. அதன்பிறகு, கலகக்காரர்கள் அடுத்தடுத்து நடத்திய குண்டுவீச்சுக்களால் வங்காளத்தில் சுதேசி இயக்கம் திடீரென்று உயிர்பெற்றது. தலைவர்களை நாடு கடத்துவது, இளைஞர்களைச் சிறையில் அடைப்பது, கலகக்காரர்களைக் கைது செய்வது, வெடிகுண்டுகளுடன் பிடிபட்டவர்களுக்கு மரண தண்டனை விதிப்பது – இவையெல்லாம் பெரும் பரபரப்பை உண்டாக்கின. எல்லா இடங்களிலும் சந்திப்புகளும் கூட்டங்களும் நடந்தன, இளைஞர்களுக்குச் சிலம்பம் சொல்லிக் கொடுக்க மல்லர்கூடங்கள் அமைக்கப்பட்டன. என் அப்பாவுக்குக் கலகக்காரர்களுடன் தொடர்பிருந்தது; நந்தா தாதா சில சமயங்களில் என்னை விடுதலைப் போராட்டக் கூட்டங்களுக்குக் கூட்டிச் செல்வார், அனல்பறக்கும் உரைகளை நான் அங்கே கேட்டிருக்கிறேன்.

ஒரு விஷயத்தைச் சொல்ல மறந்துவிட்டேன் – நான் நன்றாகப் பாடவும் செய்தேன். இசையின் சுருதியையும் லயத்தையும் என்னால் இயல்பாகவே புரிந்துகொள்ள முடிந்தது, எல்லாவற்றுக்கும் மேலாக என் குரல் இனிமையாக இருந்தது. நான் பாடுவதைக் கேட்டவர்கள் எல்லோரும் புகழ்ந்தார்கள். என் பெற்றோர்கள் இருவருக்குமே இசை வராது; எங்கிருந்து எனக்கு இந்த இசைஞானம் வந்தது என்று எனக்கே தெரியவில்லை. அப்பா ஒரு அற்புதமான ஹார்மோனியப் பெட்டியை எனக்காக வாங்கித் தந்ததுடன், எனக்கு வாய்ப்பாட்டும் எஸ்ராஜ்[1] வாசிக்கவும் கற்றுத்தர ஒருவரை அமர்த்தினார்.

---

1. எஸ்ராஜ்: இந்துஸ்தானி இசை நரம்பு வாத்தியம். ரவீந்திர சங்கீதத்தின் முக்கிய வாத்தியம்.

(இலக்கமிட்ட அடிக்குறிப்புகள் தமிழ் மொழிபெயர்ப்பாளருடையவை)

ஒருநாள் நந்தா தாதா எங்கிருந்தோ ஒரு ஜோடி நீளமான கத்திகளைக் கொண்டு வந்ததைப் பார்த்தேன். எனக்கு எதிரே இருந்த மேசையில் அவற்றை வைத்துவிட்டு அவர், "நீ கத்தி வீசக் கற்றுக்கொள்ள வேண்டும் மானி" என்றார்.

நான் அதிலொன்றை எடுத்துக்கொண்டு, "என்ன சொல்றீங்க, நந்தா தா?" என்றேன். அவர் மற்றொன்றை எடுத்துக்கொண்டார், அதன் கைப்பிடியைப் பற்றிக்கொண்டு என் மார்பைக் குறிவைத்தார்; வலதுகையால் என் மணிக்கட்டை இறுக்கி, என்னைத் தாக்கவரும் தோரணையில் நின்றார்.

என் பங்குக்கு நானும் என் இடதுகையால் அவரது வலது மணிக்கட்டை இறுக்கினேன், அப்போது அவர், "சபாஷ், தாக்க வந்தால் இப்படித்தான் தடுக்க வேண்டும்" என்றார். சுதேசி கூட்டங்களில் இளைஞர்கள் இதைப் பயில்வதை நான் பார்த்திருக்கிறேன்.

"பெண்கள் இதைக் கற்றுக்கொண்டு என்னாகப் போகிறது?" என்று கேட்டேன்.

நந்தலால், "ஏன், 'உன் மானம் காக்க வாளெடுப்பாய், தாயே' பாட்டை நீ கேட்டதில்லையா?" என்றார்.

"தெரியுமே" என்றவள் உடனே போய் ஹார்மோனியப் பெட்டியைத் திறந்து சுருதி சேர்த்துப் பாடத் தொடங்கினேன்.

பாட்டு முடிந்தபோது அப்பா உள்ளே வந்து, "இங்கே என்ன நடக்கிறது, குட்டி?" என்று கேட்டார்; அடுத்த நொடி நந்தலால் கத்திகளுடன் மற்றொரு வாசல் வழியாக நழுவிவிட்டார். இந்தச் சம்பவம் இப்போதும் எனக்கு நன்றாக நினைவிருக்கிறது.

ஒருநாள் அப்பா என்னைச் சுதேசி கூட்டமொன்றுக்குக் கூட்டிச் சென்றார், அங்கு நான் அதே பாடலைப் பாடியதும் அனைவரும் என்னை வெகுவாகப் பாராட்டினார்கள். மறைந்த சுரேந்திரநாத் பந்தோபாத்யாய்[2] தலைவராக இருந்த அந்தக் கூட்டத்தில் என் அப்பா பேசினார். அப்போது எனக்குத் தெரியாது, அங்கிருந்துதான் என் அழிவு ஆரம்பமாகப் போகிறதென்று.

அந்தச் சமயம் தாமோதர் ஆற்றில் ஏற்பட்டக் கடும் வெள்ளப்பெருக்கால் பர்த்வான் வாசிகளும், தொலைதூரச் சுற்றுப் பகுதி மக்களும் வீடு வாசல்களை இழந்து பெரும் துன்பத்திற்கு ஆளானார்கள். அம்மக்களின் துயர் துடைப்பதற்குப் பெரிய மனம் படைத்தவர்களிடம் நன்கொடை வசூல் செய்வதற்காக

---

2. சுரேந்திரநாத் பந்தோபாத்யாய்: இந்திய தேசிய காங்கிரஸைத் தோற்றுவித்தவர்களில் ஒருவரான சுரேந்திரநாத் பானர்ஜி (1848–1925).

ஒரு தொண்டு நிதி தொடங்கப்பட்டது. கூடுதல் நிதி திரட்ட இரவுகளில் திரைப்படங்களும் நாடகங்களும் இதர கேளிக்கை நிகழ்ச்சிகளும் ஏற்பாடு செய்யப்பட்டன.

அப்பா என்னைப் பலமுறை தியேட்டருக்கும் சினிமாவுக்கும் கூட்டிச் சென்றார். நந்தா தாதாவும் எங்களோடு வந்தார். மேடையில் நடிகர் நடிகையரின் நடிப்பும் பாடலும் என்னைக் கவர்ந்திழுத்தன. தேவி சௌதுராணி, அலிபாபா இரண்டும்தான் நான் முதன்முதலாகப் பார்த்த நாடகங்கள் என்று நினைவு. தேவி சௌதுராணியில் இருந்து 'பீனா பாஜே நா கியானோ'வையும், அலிபாபாவில் இருந்து 'ச்சி ச்சி எட்டா ஐஞ்சல்' பாடலையும் அப்பா என்னை வீட்டில் திரும்பத் திரும்பப் பாட வைக்கும் அளவுக்குக் கச்சிதமாகப் பாடக் கற்றுக்கொண்டிருந்தேன். ஒவ்வொரு ஞாயிற்றுக்கிழமையும் பயாஸ்கோப் பார்ப்பது வழக்கமாகிவிட்டது. சில சமயங்களில் நந்தா தாதாவும், மற்ற சமயங்களில் அப்பாவும் என்னுடன் வருவார்கள். சில ஞாயிறுகளில் அப்பா என்னைப் பிரம்ம சமாஜ்³ தியானக் கோவிலுக்கும் கூட்டிச் செல்வார். அவர் பிரம்ம சமாஜியல்ல, ஆனால் சமூக நடைமுறை என்று வரும்போது அவர் சமாஜிகளைப் போலவே தாராள மனப்பான்மையுடன் இருந்தார்.

அம்மா இறந்த பிறகு அப்பா ஒவ்வொரு நாளும் அம்மாவின் படத்துக்குப் புத்தம்புது பூமாலை சூடுவது வழக்கமாக இருந்து வந்தது.

ஆனால் இப்போதோ அம்மாவின் படத்திற்கு மாலை சூட்டப்படுவதில்லை. காய்ந்த சாமந்திப் பூமாலை ஒன்று படத்தில் நீண்ட நாட்களாகக் கிடக்கவே, வேலைக்காரன் ஒருநாள் அதைத் தூக்கிப் போட்டுவிட்டான். இதைப் பற்றி நாங்கள் யாரும் கலக்கமோ மனவருத்தமோ அடையவில்லை. எனக்கு வீட்டில் பாடம் சொல்லித்தரும் ஆசிரியர் காலை ஆறு மணி முதல் ஒன்பது மணி வரையிலும், பிறகு மதியம் ஒன்று முதல் நான்கு மணி வரையிலும் இருப்பார். எப்போதாவது சனிக்கிழமைகளில் தியேட்டருக்குப் போவதும், ஞாயிற்றுக்கிழமைகளில் பயாஸ்கோப் பார்க்கப் போவதும் என் வாடிக்கையாகிப் போனது.

நந்தா தாதா புண்ணியத்தில் கத்தி வீசுவதில் நான் கைதேர்ந்து விட்டேன். என் வலது கையில் இருக்கும் நீண்ட தழும்பே அதற்குச் சாட்சி. அப்பாவின் உத்தரவின்பேரில் நான் கத்திச்

---

3. பிரம்ம சமாஜம்: வங்காளச் சீர்திருத்தவாதியான ராஜாராம் மோகன் ராயால் 1828இல் தொடங்கப்பட்ட சீர்திருத்த இயக்கம். ஓரிறைக் கொள்கை, உருவ வழிபாடு மறுப்பு, சமயச் சடங்குகள் எதிர்ப்பு போன்றவற்றை இது முன்னெடுத்தது.

சண்டையை விடவேண்டி வந்தபோது என் கவனம் புத்தகங்கள் பக்கம் திரும்பியது. வீட்டு ஆசிரியர் இந்த விஷயத்தில் என்னைப் பெரிதும் ஊக்குவித்தார்.

தேவி சௌதுராணிக்குப் பிறகு நான் பார்த்த நாடகங்கள், என் நினைவின்படி, *பிரமோர், கபால குண்டலம்.* ஒருநாள் வீட்டு ஆசிரியர் என்னிடம், “பங்கிம்சந்திரரின் அசல் புத்தகங்களை வாசிக்காமல் ஒருவரால் இவற்றின் சாரத்தையும் அழகையும் சுவைக்க முடியாது” என்றார்.

எங்கள் வீட்டில் மூன்று அலமாரிகள் நிறைய புத்தகங்கள் இருந்தன. அவற்றிலிருந்து எனக்காகப் பங்கிம் பாபுவின் தொகுப்புகளை அவர் தேடியெடுத்துக் கொடுத்தார். விழித்திருந்த நேரம் முழுவதும் நான் அவருடைய நாவல்களைப் படித்தேன். அதிலிருந்த அர்த்தத்தை எல்லா நேரமும் என்னால் புரிந்துகொள்ள முடியாதபோதும் என் மனதில் அது ஒரு நுட்பமான பேரானந்தத்தை உருவாக்கியது. அப்பாவின் விதவை அக்காவொருவர் என்னைக் கவனித்துக் கொள்வதற்காக வீட்டிற்கு வந்தார். எனக்கு எந்த அசௌகரியமும் இருக்கக்கூடாது என்பதில் அவர் மிகக் கவனமாக இருந்தார். ஒருநாள் அவர் அப்பாவிடம், “கிட்டத்தட்ட ஒரு வருடம் ஆகிவிட்டது, தம்பி. இனியும் தாமதிப்பது நல்லதில்லை. சட்டதிட்டங்கள் தெரிந்தவன் நீ, நம் வம்சம் தழைக்க வாரிசு வேண்டும் என்பது நான் சொல்லி உனக்குத் தெரிய வேண்டியதில்லை” என்றார். அவர் எதைப் பற்றிப் பேசுகிறார் என்று எனக்கு அப்போது புரியவில்லை.

கொஞ்சகாலம் கழித்து அப்பா மீண்டும் பெத்யூன் பள்ளியிலேயே என்னைச் சேர்த்துவிட்டார். அவர் இப்போ தெல்லாம் காரில் அடிக்கடி வெளியூர் சென்றுவிடுகிறார். என்னைப் பள்ளிக்குச் சரியான நேரத்தில் கூட்டிப் போய் வர முடியாதென்பதால், நான் பள்ளிப் பேருந்தில் போகத் தொடங்கினேன். வீட்டு ஆசிரியர் தொடர்ந்து காலையிலும் மாலையிலும் வந்து எனக்குப் பாடம் சொல்லித் தந்தார்.

அம்மா உயிருடன் இருந்தபோது நான் அவர் படுக்கை யிலேயே அவரோடு படுத்துக்கொள்வேன். அவர் இறந்த பிறகு அப்பாவின் அறையில் மற்றொரு படுக்கையில் தூங்க ஆரம்பித்தேன். ஒருநாள் அப்பா என்னிடம், “இனிமேல் நீ உன் அத்தையுடன் படுத்துக்கொள்” என்றார். அவர் சொன்ன சொல்லை நான் தட்டியதில்லை.

இன்னொரு நாள் அப்பா வேலைக்காரனைக் கூப்பிட்டு, வரவேற்பறையில் இருந்த அம்மாவின் பெரிய படத்தைக் காட்டி, “இதைக் கழட்டி குக்கு படிக்கும் அறையில் மாட்டிவிடு”

என்றார். அவர் எனக்காக வாங்கிய இரண்டு பெரிய புத்தக அலமாரிகளும், மகோகனி மர மேசையும் என் அறைக்கு மாற்றப்பட்டன. அவற்றுடன் இப்போது அழகான தரைவிரிப்பும், விலையுயர்ந்த கண்ணாடி மசிபுட்டியும், ஒரு வாட்டர்மேன் பவுண்டன் பேனாவும் சேர்ந்துவிட்டன. கோடைக்காலம் ஆரம்பமாகிவிட்டது, என் அறையில் இருந்த மின்விசிறிக்குப் பெயிண்ட் பூசப்பட்டது. என் அறைச்சுவரில் ஏற்கனவே இருந்த நான்கு மேற்கத்திய நிலப்பரப்புச் சித்திரங்களுடன் என் அம்மாவின் படமும் மாட்டப்பட்டது. என் வீட்டு ஆசிரியர் இந்தப் புது அலங்காரங்களைப் பாராட்டினார். நானோ என் படிப்பு, நாவல்கள், நாடகம், சினிமா என்று மூழ்கிப்போயிருந்தேன்.

கொஞ்ச நாள் கழித்து, ஒரு வசந்த காலக் காலையில் என் வீட்டு வாசலில் கல்யாண மேளச் சத்தம் கேட்டது. அக்கம்பக்கத்தினர், நண்பர்கள், குடும்பத்தினர் என எல்லோரும் ஆரவாரமாகக் குதூகலித்தனர். என் அத்தை கல்யாணச் சடங்குகளில் மும்முரமாக இருந்தார். என் அப்பா புது மாப்பிள்ளை வேஷம் தரித்து வந்ததைப் பார்த்தேன். பூக்களால் அலங்கரித்த ஒரு பல்லக்கு வந்தது. அந்தச் சாயங்காலம் கல்யாண ஊர்வலம் விளக்கு வெளிச்சத்தில் ஜொலித்தது. நானும் அந்தக் கொண்டாட்டத்தில் சேர்ந்துகொண்டேன். என் அறையைக் கடந்தபோது அம்மாவின் படத்தின்மீது சட்டென என் பார்வை பட்டது. உடனே நின்றுவிட்டேன். கண்களில் நீர் தளும்பியது. திரும்பி என் படுக்கைக்கே சென்றுவிட்டேன். யாரும் என்னைக் கவனிக்கவில்லை. மறுநாள் காலை நான் எழுந்து பார்த்தபோது எனக்கொரு சித்தி வந்திருந்தார்.

2

இளம்பருவத்தில் நான்

கொண்டாட்ட ஆரவாரம் படிப்படியாகத் தணிந்து நாட்கள் செல்லச் செல்ல எனக்கு உண்மைநிலை புரியத் தொடங்கியது. அத்தை இனி எங்களுடன் இருக்க வேண்டிய அவசியமில்லை. அவர் புது மணப்பெண்ணிடம் வீட்டு விஷயங்களை விளக்கி ஒப்படைத்துவிட்டு, ஆறேழு மாதங்கள் கழித்துத் தன் வீட்டுக்கே போய்விட்டார். நான் அவர் அறையில் தனியாகத் தூங்க ஆரம்பித்தேன்.

என் சித்தி என்னைவிட ஒரு வயது மூத்தவர். ஆனால் செழித்து வளர்ந்திருந்த என் உடல் காரணமாக நான்தான் மூத்தவள்போல் தெரிந்தேன். அவர் நல்ல அழகு. வீட்டு வேலைகளைத் திறமையாகச் செய்யவும், எழுதப் படிக்குமளவு கல்வியும் கற்றிருந்தார். நான் எப்போதும் படிப்பிலேயே மும்முரமாக இருந்த காரணத்தால் அவருடன் சரிவரப் பழக முடியாமல் போனது.

அப்பா வீட்டின் உள்ளறைக்குள்ளே வரும்போதெல்லாம் சித்தி ஏதாவது ஒரு காரணம் சொல்லி அவருடன் நெருக்கமாக இருப்பதற்கு முயலுவார். எனவே எனக்கு ரொம்ப அவசியமென்றால் மட்டுமே அப்பாவைச் சந்திக்கப் போவேன். முன்பெல்லாம் அவர் என் படிப்பைப் பற்றி அக்கறையாக விசாரிப்பார். பக்கத்தில் உட்கார்ந்து வாஞ்சையுடன் நான் பாடுவதைக் கேட்பார். இப்போது எதுவுமேயில்லை. சித்தியும் அப்பாவும் தியேட்டருக்குப் போகும்போது நான் அவர்களுடன் போவதில்லை. அதற்குப் பதிலாக நந்தா தாதாவுடன் பயாஸ்கோப் பார்க்கப் போவேன்.

வீட்டிற்கு வந்துகொண்டிருந்த என் பழைய ஆசிரியரை நிறுத்திவிட்டனர். என்ன காரணமென்று தெரியவில்லை. "நீ நன்றாகப் படிக்கிறாய்... அந்த ஆசிரியர் பழைய பாணி ஆள். பள்ளிக்கூடத்திலும் காலேஜிலும் சொல்லித் தரும் முறைகளைத் தெரிந்த ஒருவர்தான் இனி உனக்குத் தேவை."

சில நாட்களுக்குப் பிறகு புது ஆசிரியர் ஒருவர் வந்தார். இந்த இடத்தில் சில விவரங்களை நான் சொல்ல வேண்டியிருக்கிறது.

வந்த முதல் நாளிலேயே அவர் தோற்றமும் இயல்பும் என்னைக் கவர்ந்துவிட்டன. முன்நெற்றியில் இருந்து வழித்து வாரிய நீண்ட தலைமுடி அவர் தோள்களில் சுருள்சுருளாகப் புரண்டது. வயது அவருக்கு இருபத்து இரண்டோ மூன்றோ இருக்கலாம். மீசையை மழித்திருந்தாரா அல்லது அது வளரவே யில்லையா என்று தெரியவில்லை. காபூல்வாசி பைஜாமாவைப் போல வேட்டியைத் தளர்வாக உடுத்தியிருந்தார். மேலே பால் வெண்மையில் பஞ்சாபி ஆடை அணிந்திருந்தார் – கதராடை மோஸ்தர் இன்னும் வந்திருக்கவில்லை. அவர் மூக்கு கூர்மையாகவும் நேர்த்தியாகவும் இருந்தது. அவரது அழகான கண்களைத் தங்க பிரேம் போட்ட மூக்குக் கண்ணாடி உருமாற்றிக் காட்டியது. மலிவான சரிகை பூத்தையல் போட்ட நாக்ராய் ஷூ அணிந்திருந்தார். லேசாகக் கருமை பூசிய நிறம். ஓரளவு கட்டுக்கோப்பான உடல். குழலோசையைப் போன்ற குரல். பி.ஏ. தேர்வில் சமீபத்தில்தான் தேர்ச்சி பெற்று, அப்போது பள்ளி ஆசிரியராகப் பணிபுரிந்து வந்தார். இந்தப் புது ஆசிரியர் திருமணமாகாதவர்.

அவரால் என் படிப்பில் நன்றாகவே முன்னேறினேன். அவருக்கு அவ்வளவாகக் கணிதம் வரவில்லை. ஆனால் வரலாறும் இலக்கியமும் – குறிப்பாகக் கவிதைகள் – பிரமாதமாகச் சொல்லிக் கொடுத்தார். காலை மாலை இரண்டு வேளையும் வருவார். இதற்கிடையில் நான் அடுத்த வகுப்புக்கு உயர்ந்திருந்தேன்.

நந்தா தாதா எனக்கு இரண்டு வகுப்புகள் மேலே படித்தார். நுழைவு வகுப்புக்கு அவர் தேர்வாகியிருக்க வேண்டியவர். ஆனால் படிப்பில் அதிகம் கவனம் செலுத்தாததால் இறுதித் தேர்வில் தோற்றுவிட்டார். அதனால் அவர் பின் தங்க வேண்டிவந்தது. நந்தா தாதாவும் நானும் புது ஆசிரியரிடமே படித்தோம்.

சில நாட்களுக்குப் பிறகு புது ஆசிரியர் என்னிடம், "என்னை மாஸ்டர் – மோஷாய் என்று அழைக்காதே மானு, எனக்கு அது பிடிக்கவில்லை. நீ என்னைப் பெயர் சொல்லியே கூப்பிடலாம்" என்றார். நான் கொஞ்சமும் தடுமாறாமல், "உங்களுக்கு 'மோஷாய்' என்ற வார்த்தை பிடிக்காததுபோல், எனக்கும் பெயருக்குப்

பின்னால் 'பாபு' என்ற வார்த்தையைச் சேர்ப்பதில் விருப்பமில்லை. இப்போதெல்லாம் பாபு என்ற பின்னொட்டுக்குப் பதிலாக ஸ்ரீயுத் என்ற முன்னொட்டு வருவதை நீங்கள் கவனித்ததில்லையா?" என்றேன்.

அவர் சிரித்துக்கொண்டே, "ரொம்ப சரி, இனி நீ என்னை முகுல்தாதா என்றே அழைக்கலாம். என் பெயர் முகுல் பந்தோபாத்யாய் என்று உனக்குத் தெரியும்தானே?" என்றார். இப்படித்தான் எனக்கும் என் ஆசிரியருக்கும் இடையே நெருக்கம் உருவானது, நான் அவரைத் தாதா என்று அழைக்க ஆரம்பித்தேன்.

ஒருநாள் அப்பா என்னைக் கூப்பிட்டு, "உன் ஆசிரியர் தினமும் காலையும் மாலையும் டீ குடிப்பது வழக்கம், குக்கு. அதற்கான ஏற்பாட்டை நீயே செய்துவிட்டால் அவர் கொஞ்சம் முன்கூட்டியே இங்கு வந்துவிடுவார்" என்றார்.

எங்கள் வீட்டில் ஒருநாளைக்கு இருமுறை தேநீர் போடுவார்கள். முன்பு நான் அப்பாவுடன் டீ குடிப்பது வழக்கம். இப்போதெல்லாம் என் சித்திதான் அவருக்கு டீ எடுத்துச் செல்கிறார். அப்பாவும் என்னைக் கூப்பிடுவதில்லை, நானும் போவதில்லை. என் ஆசிரியர் வருவதற்கு முன்னரே நான் டீயைக் குடித்துவிட்டுப் படிக்கத் தயாராகிவிடுவேன்.

இப்போதெல்லாம் ஆசிரியருடன்தான் நான் டீ குடிக்கிறேன் – அந்த நேரத்தில் நாங்கள் பெரும்பாலும் அரசியல், சமூகம் பற்றிப் பேசுவோம். தேசியத் தலைவர்கள் 'சுய அதிகாரம்' பற்றிப் பேசிக்கொண்டிருந்த காலம் அது. ஆசிரியர் "முழுவதும் தன்னைத் தானே சார்ந்திருப்பது மகிழ்ச்சியையும், பிறரைச் சார்ந்திருப்பது துன்பத்தையும் தருமென்று சாஸ்திரங்களை எழுதியவர்கள் சொல்லியிருக்கிறார்கள். உணவையும் உடையையும் விட்டுவிடலாம். எளிய விஷயங்களுக்குக்கூட நாம் மற்றவர்களைச் சார்ந்தே இருக்கிறோம். இந்த டீயையே எடுத்துக்கொள்ளேன்... வேலைக்காரன் இல்லாமல் நம்மால் இதைத் தயாரிக்க முடிவதில்லை. இத்தனைக்கும் இதைத் தயாரிக்க இரண்டு நிமிடங்களுக்கு மேல் ஆகாது. நமது சமுதாயத்திலும் வாழ்க்கையிலும் இதுபோன்ற ஆடம்பரங்கள் பெருகிவிட்டன" என்றார்.

அப்பாவிடம் சிறு மின்சார ஹீட்டர் ஒன்று வாங்கித் தரச் சொன்னேன். என் அறையில் இருந்த மின்சாரப் பாயிண்டில் அதைச் செருகியதும் தேநீருக்காக நீரைச் சூடாக்குவது எளிதாகி விட்டது. மறுநாள் ஆசிரியர் வந்ததும், அவர் எதிரிலேயே தேநீர் தயாரித்து அவருக்குக் கொடுத்தேன். சந்தோஷமாக அதை வாங்கிக்கொண்ட அவர் "அறிவுரை வித்துக்கள் வளமான

மண்ணில் விழுந்தால்தான் முளைக்கும்" என்றார். தேநீரைத் தருவதற்கு முன்பே நான் அவருடைய இதயத்தில் இடம்பிடித்து விட்டேன் என்பது அப்போது எனக்குத் தெரியவில்லை.

துர்கா பூஜையின்போது உயர்நீதிமன்றத்துக்கு நீண்ட விடுப்பு அளிக்கப்பட்டது. அப்பா சித்தியை அழைத்துக்கொண்டு விடுமுறைப் பயணம் போனார். உடன் இரு வேலைக்காரர்கள் மட்டும். எனக்கும் போக ஆசைதான். ஆனால் அவரிடம் அதைச் சொல்ல முடியவில்லை. ஏனென்றால் அவருக்கு என்னைக் கூட்டிச் செல்லும் எண்ணம் இல்லையென்பது முன்பே தெளிவாகத் தெரிந்துவிட்டது. நான் மனம் வெதும்பினேன். பயணத்தில் இருக்கும்போது அப்பாவோ சித்தியோ எனக்கு ஒரு கடிதம்கூட எழுதவில்லை. வந்ததெல்லாம் வீட்டுச் செலவுக்குப் பணமும், அப்பாவும் சித்தியும் இல்லாததால் என்னைப் பார்த்துக்கொள்ள மீண்டும் வந்திருந்த என் அத்தைக்குக் கடிதங்களும்தான்.

ஒருநாள் நந்தா தாதா, "இன்று மினர்வா தியேட்டருக்குப் போகலாமா மானி? வாயேன் போகலாம். ஷிரீன் – பர்ஹாத் ஓடுகிறது. அருமையான நாடகம். பாட்டும் நடனமும் பிரமாதம்!" என்றார். நாடக நோட்டீஸை என்னிடம் காட்டினார். அத்தையிடம் அனுமதி கேட்டபோது அவர், "நீங்கள் இன்னும் குழந்தைகள்தான், உங்களுடன் மாஸ்டர் – மோஷாயையும் கூட்டிப் போவதென்றால் விடுகிறேன்" என்றார். எங்களோடு வர ஆசிரியரும் மறுக்கவில்லை என்பதைச் சொல்லத் தேவையில்லை.

மூவரும் ஒரு பாக்ஸ் டிக்கெட் முன்பதிவு செய்துகொண்டோம். நாடகத்தைக் கண்டு நான் சொக்கிப் போனேன். குறிப்பாகப் பாடல்களில். ஆசிரியர் அதன் காட்சிகள், கதாப்பாத்திரங்கள் ஒவ்வொன்றையும் எனக்கு விளக்கினார். பர்ஹாத்தின் ஈடு இணையற்ற காதலும், ஷிரீனின் தியாகமும் என் மனதுக்குப் பேரானந்தத்தைத் தந்தன. எனக்குள் உறங்கிக்கொண்டிருந்த ஏதோவொன்று உயிர்பெறுவதை நான் உணர்ந்தேன்.

ஆசிரியர் என்னை அடிக்கடி தியேட்டருக்கும் சினிமாவுக்கும் கூட்டிச் சென்றார். அவர்தான் எனக்கு எல்லாவற்றையும் தெளிவாக விளக்கினார். அவர் இல்லாதிருந்தால் அதையெல்லாம் என்னால் முழுமையாக அனுபவித்திருக்க முடியாது. பில்வமங்கலா, சங்கராச்சாரியார் போன்ற ஆன்மீக நாடகங்களைப் போடும்போது மட்டும் அத்தையும் எங்களுடன் வருவார். அவருக்குப் பக்தி நாடகங்களில் தனிப் பிரியம்.

நான் காய்ச்சல் வந்து அவதிப்பட்டபோதும் அப்பா பயணத்தில்தான் இருந்தார். அத்தைக்கு ஒரே கவலை.

பரத்தைத் தொழிலில் ஒரு படித்த பெண்

ஆசிரியர்தான் இரவும் பகலும் பக்கத்திலேயே இருந்து என்னைக் கவனித்துக்கொண்டார். வைத்தியரை அழைத்து வருவது, மருந்து வாங்குவது, எனக்காக உணவு தயாரிப்பது, என்னைத் தொடர்ச்சியாகக் கவனித்துக்கொள்வது என்று ஒவ்வொன்றையும் பார்த்துப் பார்த்துச் செய்தார். வேலை பார்த்த பள்ளியில் இருந்து அவர் நின்றுவிட்டார். எனக்கு வலி அதிகமாகும்போது என் உடலை அமுத்திவிடுவார். தூக்கம் வருவதற்காக என் நெற்றியைத் தடவிக் கொடுப்பார். தன் கையாலேயே எனக்குத் திராட்சையும் மாதுளையும் பேரிக்காயும் ஊட்டிவிடுவார். இதையெல்லாம் பார்த்து அத்தைக்குக் கொஞ்சம் நிம்மதியாக இருந்தது.

அம்மாவை நினைத்து நான் அழும் ஒவ்வொரு முறையும் ஆசிரியரும் பரிவோடு கண்ணீர் சிந்துவதைக் கண்டேன். என் அம்மா இறந்துபோனதும், அப்பா என்னை ஒதுக்குவதும் அவருக்குத் தெரியும். ஒரு மாதத்திற்குப் பிறகு குணமடைந்ததும் நான் அவரிடம் சோர்வாக, "என் உயிரைக் காப்பாற்றிவிட்டீர்கள், முகுல்தாதா" என்றேன். அவரோ, "கடவுள்தான் உன்னைக் காப்பாற்றினார் மானு" என்றார். அவர் கையைப் பிடித்துக்கொண்டு நான் நெகிழ்ச்சியோடு "இந்தப் பாசக் கடனை என்னால் ஒருபோதும் திருப்பிச் செலுத்த முடியாது, முகுல்தாதா" என்றேன்.

இதன்பிறகு நாங்கள் ஒருவரையொருவர் சகஜமாக அழைத்துக்கொண்டோம். எங்கள் இதயங்கள் நெருங்கி வருவதுபோல் தெரிந்தது. ஒருநாள் அவர் அழகான அட்டைப் போட்ட மெல்லிய கவிதைப் புத்தகம் ஒன்றை என்கையில் கொடுத்து, "என் புத்தகம் ஜோர்னா வெளியாகியிருக்கிறது, மானு. உன்னைப் பார்த்துக்கொள்ள எனக்குக் கிடைத்த வாய்ப்பை மறக்கவே முடியாது. அதனால் என் முதல் கவிதைத் தொகுதியை உனக்கு அர்ப்பணித்திருக்கிறேன்" என்றார்.

புத்தகத்தை வாங்கிக்கொண்டு நான் லேசான வெட்கத்துடன், "கவிதைகள் வெளியிடப் போவதாக என்னிடம் நீங்கள் சொல்லவே இல்லையே, முகுல்தாதா?" என்று கேட்டேன். அவர் சிரித்தார், "அது ஒரு குற்றமா?"

அவர் எனக்கு ஆங்கிலக் கவிதைகள் கற்றுக்கொடுக்கும்போது அதன் சில பகுதிகளை வங்காளத்தில் மொழிபெயர்ப்பார். அதனால் அவருடைய கவி நுணுக்கங்கள் எனக்கும் கொஞ்சம் தெரியவந்தன. ஜோர்னாவில் இருந்த பல கவிதைகள் என் கண்ணெதிரே எழுதப்பட்டவைதான். ஆனால் இப்போது புத்தகமாக வந்திருக்கும்போது அவற்றில் புதுப்புது உணர்ச்சிகளைக் கண்டேன்.

டெல்லி, ஆக்ரா, மதுரா, பிருந்தாவனம், லாக்னர், பிரயாகை, காசி, கயா இன்னும் பல இடங்களுக்குப் போய்விட்டு ஐந்து

மாதங்களுக்குப் பிறகு என் அப்பாவும் சித்தியும் திரும்பி வந்தனர். உயர்நீதிமன்றம் மீண்டும் திறந்து இரண்டு மாதங்களுக்கு மேலாகியும் அவர் அங்குப் போகவில்லை. சட்டத் தொழிலைத் தொடர அவர் விரும்பவில்லை, குடும்பச் சொத்துக்களைப் பராமரிப்பதில் தனது கவனத்தைத் திருப்பினார்.

என்னுடைய தூரத்து உறவினர் ஒருவர் வேலை விஷயமாக அப்பாவைப் பார்க்க வீட்டிற்கு வந்தார். இதற்கு முன்னால் அவரைச் சந்தித்த ஞாபகம் எனக்கில்லை. ஆனால் அவரோ ரொம்பவே தெரிந்தவர்போல் "எப்படி இருக்கே, மானு? எங்கே படிக்கறே? யார் உனக்கு வீட்டில் பாடம் சொல்லித் தருவது?" என்று கேட்டார். "நான் பெத்யூனில் படிக்கறேன். வீட்டில் எனக்குப் பாடம் சொல்லித் தருபவரின் பெயர் முகுல்" என்றேன்.

"யாரு... நம்ம முகுல் பானர்ஜி. ஜோர்னா எழுதினாரே, அவரா?" ஆச்சரியத்துடன் அவர் கேட்டார். "அவர் என் கிளாஸ்மேட்தான், நாங்கள் ஸ்காட்டிஷ் சர்ச் கல்லூரியில் ஒன்றாகப் படித்தோம்." மாலையில் ஆசிரியர் வந்ததும் அந்த உறவினர், "முகுல், நீ மானுவுக்குப் பாடம் நடத்துகிறாயென்று கேள்விப்பட்டேன். ரொம்ப சந்தோஷம். கவிதை தவிர வேறு எதில் உனக்கு நாட்டம்?" என்று கேட்டார்.

ஆசிரியர் என் உறவினருடன் நீண்ட நேரம் பேசிக்கொண் டிருந்தார். பிறகு என் பக்கம் திரும்பி, "ரமேஷ் பாபு உங்கள் சொந்தக்காரர் என்று என்னிடம் நீ சொல்லவே இல்லையே, மானு" என்றார்.

"எனக்கே தெரியாது. அன்றைக்கு ஒருநாள் அப்பாதான் எனக்கு அவரை அறிமுகப்படுத்தினார்" என்றேன்.

ரமேஷ் தாதா, "நான் ஒருமுறைதான் இங்கே வந்திருக்கிறேன், அதுவும் பத்து வருடங்களுக்கு முன்பு. மானதாவுக்கு அப்போது மூன்றோ நான்கோ வயது இருக்கும். நான் நுழைவுத்தேர்வு எழுதியிருந்த சமயம் அது. அதன்பிறகு சுதேசி இயக்கம் வந்தது. நான் அதில் மாட்டிக்கொண்டு படிப்பைக் கைவிட்டேன். அதன்பிறகு கல்லூரியில் சேர்ந்து போன வருடம்தான் எம்.ஏ. படிப்பை முடித்தேன். அப்போதிருந்து வேலைக்காகக் காத்திருக்கிறேன்" என்றார்.

அப்பாவின் முயற்சியால் ரமேஷ் தாதாவுக்கு ஒரு லிமிடெட் கம்பெனியில் இருநூறு ரூபாய் மாதச் சம்பளத்துக்குத் தலைமை கிளார்க்காக நல்ல வேலை கிடைத்தது. கிட்டத்தட்ட ஒரு மாதம் அவர் எங்கள் வீட்டில் இருந்தார். பிறகு தங்கும் விடுதியில் வசதியான அறையொன்றை எடுத்து அங்கு மாறிக்கொண்டார். அப்பாவிடம் அவர் "முதலில் கொஞ்சம் பணத்தைச் சேமித்துக் கொள்கிறேன். பிறகு ஒரு வீட்டை வாடகைக்குப் பிடித்து

அம்மாவையும் மனைவியையும் தம்பி தங்கைகளையும் கூட்டி வந்துவிடுகிறேன்" என்றார்.

அத்தை திரும்பிப் போய்விட்டார். அம்மா இறந்ததி லிருந்து உணவு தயார்செய்ய ஒரு சமையற்காரரும், வீட்டைப் பராமரிக்க இரண்டு பணிப்பெண்களும், மூன்று வேலைக்காரர்களும் இருந்து வந்தனர். என் அன்றாடத் தேவைகளுக்கு ஒரு குறைவுமில்லை. சொல்லப்போனால், சுவையான உணவு வகைகளும் அழகழகான ஆடைகளும் கொட்டிக் கிடந்தன. என் படுக்கையறையும் படிக்கும் அறையும் கட்டுசெட்டாக இருந்தது – ஏகபோக வசதியுடன்தான் இருந்தேன். ஆனாலும் என் மனம் திருப்தியடையவில்லை. அப்பா என்னை அலட்சியமும் புறக்கணிப்பும் செய்யச் செய்ய என் மனதில் ஏக்கம் அதிகரித்துக்கொண்டே போனது. ஏழை மக்கள் தங்கள் குழந்தைகளைப் பாசத்துடன் தூக்கிக்கொண்டு தெருக்களில் போவதைப் பார்க்கும்போது நான் என் செல்வச் செழிப்பைச் சபித்துக்கொள்வேன். இப்போது எனக்கு ஒன்று மட்டும் தெளிவாகத் தெரிந்தது. ஒருவரின் தேவைகளைப் பூர்த்தி செய்வது மட்டுமே அவர்மீது அன்பு செலுத்துவதாக ஆகிவிடாது – உணவும் உடையும் அன்பின் ஸ்பரிசத்துக்கு ஈடாகாது. ஒருவரின் உணர்வுகளுக்குள் ஊடுருவக்கூடியவை ஆத்மார்த்தமான பாசமும் நேசமும்தான்.

என் பதின்மூன்றாவது பிறந்தநாள் வந்தபோது அப்பா என்னைக் கூப்பிட்டனுப்பினார். "உன் ஆசிரியரையும் ரமேஷ் தாதாவையும் நாளைக்கு வரச்சொல்லி அழைத்துவிடு, குக்கு" என்றார். நான் இந்தக் கொண்டாட்டங்களில் எல்லாம் பெரிதாக ஆர்வம் காட்டவில்லை என்பதால் அந்த நாள் எப்படியோ கழிந்தது. சித்தி எனக்கொரு தங்க நெக்லஸ் பரிசளித்தார். ரமேஷ் தாதாவிடமிருந்து வெள்ளியில் செய்த ஒரு அழகான பவுடர் பெட்டி கிடைத்தது. ஆசிரியர் ரவீந்திரநாத் தாகூரின் கவிதைத் தொகுப்பொன்றைப் பரிசளித்ததாக நினைவு.

நான் சிறுகதையும் கவிதையும் எழுத முயன்று கொண்டிருந்தேன். அவற்றைப் படித்ததும் ரமேஷ் தாதா என்னைப் பாராட்டினார். "நல்லா இருக்கே, எதிலாவது வெளியிடும்படி முகுலிடம் கேட்டுப்பாரேன். இப்போதெல்லாம் பெண்கள் எழுதும் ஏதேதோ குப்பைகளைப் பிரசுரித்துக் கொண்டிருக்கிறார்கள்" என்றார்.

ரமேஷ் தாதாவும் எங்களோடு நாடகத்துக்கு வரத் தொடங்கினார். நந்தா தாதாவுக்குப் புட்பாலிலும் கிரிக்கெட்டிலும் நாட்டம் வந்துவிட்டதால் அவர் வருவதை நிறுத்திக்கொண்டார். பாவம் அவருக்கு நாடகமும் இலக்கியமும் ஒத்துப்போக வில்லை.நடிப்பு கலை சம்பந்தப்பட்டது என்பது அவருக்குப்

புரியவில்லை. மேடையில் சண்டைக் காட்சிகளும், நடனமும் பாட்டும் விஸ்தாரமான ஜோடனைகளும் இருந்தால் மட்டுமே அவர் குஷியாவார்.

அந்தச் சமயம் மேடை நாடகத்தில் ஒரு மாற்றம் வந்தது. பண்பாடான குடும்பங்களைச் சேர்ந்த படித்த இளைஞர்கள் நாடகங்களில் சேர்ந்து, அதன் கலைத்தன்மையை மேம்படுத்தினர். ரமேஷ் தாதாவுக்கும் முகுல் தாதாவுக்கும் இந்தத் தனித்துவமான கலைஞர்களின் மதிப்பு தெரிந்திருந்தது. அவர்களை ஏகத்துக்கும் புகழ்ந்தனர். ரமேஷ் தாதாவிடமிருந்து நான் பல நடிகர், நடிகைகளின் பெயர்களை அறிந்துகொண்டேன். அவர்கள் சிலரின் வாழ்க்கைக் கதைகளை அவர் எனக்குச் சொன்னார். முகுல் தாதாவுக்குக்கூடத் தெரிந்திராத கதைகள் இவை.

அப்பா இரண்டாவது திருமணம் செய்து இரண்டு வருடங்கள் கழித்து அவருக்கு ஒரு மகன் பிறந்தான். அப்பா சட்டத் தொழிலை இப்போது முழுவதுவாக நிறுத்திவிட்டார். என் சித்தியின் மகன் மீது எனக்கு நிறைய பாசம் இருந்தபோதும், அவனைப் பார்த்துக்கொள்வதற்காகவே இருந்த ஆயம்மாவும் பணிப்பெண்ணும் நான் அடிக்கடி அவனைத் தூக்கி வைத்துக்கொள்ள விடவில்லை. பிரசவத்தின்போது சித்தி நோய்வாய்ப்பட்டதால் அப்பா மிகவும் கவலைப்பட்டார். அலோபதியிலும், ஆயுர்வேதத்திலும் பிரபலமாக இருந்த மருத்துவர்கள் அடிக்கடி வீட்டுக்கு வந்தனர். எட்டோ ஒன்பதோ மாதங்களுக்குப் பிறகு சித்தி குணமடைந்தார்தான் என்றாலும் அவர் உடலில் பழைய சக்தியில்லை.

அப்பாவின் நண்பர்கள் சிலரும், என் அத்தையும் என் திருமண விஷயமாக அப்பாவிடம் பேசுவதாகக் கேள்விப்பட்டேன். அப்பா அவர்களிடம், "இவ்வளவு சிறுவயதிலேயே அவளுக்குக் கல்யாணம் செய்துவைக்கும் எண்ணம் எனக்கில்லை. அவள் மெட்ரிகுலேசன் பாஸ் செய்த பிறகு பார்க்கலாம்" என்றார். அப்பாவின் நண்பர்களும் என் அத்தையும் இதற்குச் சொன்ன பதில்களை இங்கே பதிவு செய்யத் தேவையில்லை. இந்த விஷயம் தொடர்பாகச் செய்தித்தாள்களில் நடக்கும் வாதப் பிரதிவாதங்களை வாசகர்கள் வாசித்துத் தெரிந்துகொள்ளலாம்.

உடல்சார்ந்த இச்சைகள் விழித்துக்கொண்டதை நான் உணர்ந்தேன். என்னைக் கண்காணிக்க காவலாளி யாருமில்லாத நிலையில், எனக்குள்ளே வீசிய ஒரு புயல் என் வேட்கைகளைப் பற்றியெரியச் செய்வதை நான் நன்றாகவே உணர்ந்தேன். எனக்குக் கல்யாண ஆசைகூட வந்தது.

3

வீட்டைவிட்டு ஓடினேன்

பெத்யூன் கல்லூரியில் எனக்கு மூன்று நெருங்கிய தோழிகள் கிடைத்தனர். அவர்களில் கமலாவைப் பற்றிக் கொஞ்சம் அதிகமாகச் சொல்வேன். ஏனென்றால் என் வாழ்க்கை அவளுடன் பிரிக்க முடியாதபடி பிணைந்திருக்கிறது. என் சிறுவயது நண்பர்களை நான் பிறகு சந்திக்கவில்லை. அவர்களில் பலரை மறந்துவிட்டேன் என்றாலும் கமலாவை மட்டும் இன்னும் நான் மறக்கவில்லை. அவளும் என்னை மறக்காமல் இருக்கலாம். இந்த நினைவுக் குறிப்பை எழுதும் ஒவ்வொரு கணமும் அவளை நினைத்துக்கொள்கிறேன் – என் கடந்த காலத்தின் எல்லா சந்தோஷங்களும் துக்கங்களும் மீண்டும் கரைபுரள்கின்றன.

கமலா அப்போது அற்புதமான அழகி – அதென்ன அப்போது? இப்போதும்கூட அவள் அழகியாகவே இருக்கக்கூடும். இருபது வயதோடு பெண்களின் அழகு சோபை இழந்துவிடும் என்பது ஆண்களின் எண்ணம். இது எல்லோருக்கும் பொருந்தாது. இருபது வயது முடிந்து மேலும் இருபது வருடங்கள் கடந்த பிறகும்கூட, மழைக்குப் பிறகு ஓடும் நதியைப் போல, இலையுதிர்க் காலத்தின் களங்கமில்லாத நிலவைப் போல, அழகுடன் மிளிரும் பெண்கள் இந்து சமுதாயத்தில் உண்டு. இதைக்கேட்டு வாசகர்கள் சிரிக்கலாம். ஒரு பெண்ணே இன்னொரு பெண்ணின் அழகைப் புகழ்கிறாளே என்று.

என் மனதைக் கவர்ந்தது கமலாவின் அழகு மட்டுமல்ல, அவளுடைய குணமும்தான். என் வாழ்நாள் முழுக்க அவளுடைய அன்பையும் பரிவையும்

சரிசமமாகப் பெற்றவள் நான். படிப்பிலும் விளையாட்டிலும் மட்டுமல்ல, பொழுதுபோக்கிலும் இசையிலும் வேடிக்கைப் பேச்சிலும்கூட அவள் திறமையானவள்தான். பள்ளி ஆண்டு விழாவில் பரிசுகள் வழங்குவதாகட்டும், அதுதொடர்பான எந்தக் காரியமுமாகட்டும், அவளது உதவியில்லாமல் எதுவும் நடக்காது. மற்றச் சிறுமிகளுக்குப் பாடவும் நடிக்கவும் அவள் கற்றுக்கொடுப்பாள்.

ஒருமுறை, பெண்கள் பள்ளியில் கட்டடம் கட்ட நிதி திரட்டுவதற்காகப் பல்கலைக் கழக இன்ஸ்டிடியூட்டில் பல்வேறு நிகழ்ச்சிகள் நடத்தப்பட்டன. பெத்யூன், டயோசிசன் மாணவர்கள் ஒன்றுசேர்ந்து நபினா சென்னின் குருட்சேத்திரம் கவிதையில் இருந்து தேர்ந்தெடுத்த சில காட்சிகளை நாடகமாக்கினோம். நான் ஷைலஜாவாகவும், கமலா ஜரத்காருவாகவும் நடித்தோம். எங்கள் நடிப்பைக் கண்டு பார்வையாளர்கள் வியந்துபோயினர். ஷைலஜா கதாப்பாத்திரத்தில் பாடுவதற்காக என் வீட்டு ஆசிரியர் இரண்டு பாடல்களை எழுதித் தந்தார். கமலா அதற்கு மெட்டமைத்தாள். அர்ஜுனனின் மனதை வெல்ல முடியாமல் போன ஷைலஜாவின் மனவலியை இந்தப் பாடல்கள் வெளிப்படுத்தின. மன அமைதிக்காக இப்போதும் நான் சிலசமயம் இந்தப் பாடல்களைப் பாடுவதுண்டு.

கமலாவின் குடும்பத்தினர் வைத்யா சாதியைச் சேர்ந்தவர்கள். கல்கத்தாவின் பாக்பஜார் பகுதியில் இருந்த ஒரு எளிய இரண்டு மாடிக் கட்டடத்தில் அவள் தனது அம்மாவுடன் வசித்து வந்தாள். வேலை விஷயமாகப் பயணத்திலேயே இருக்கும் அவளது அப்பா இடையிடையே ஒரு மாதமோ பதினைந்து நாட்களோ மட்டும் கொல்கத்தா வீட்டுக்கு வந்து தங்குவார். கமலாவுக்குப் பள்ளி செல்லும் ஆறுவயது தம்பி ஒருவன் உண்டு.

அது கமலாவின் சொந்த வீடென்பதால் மாதந்தோறும் அவள் அப்பா அனுப்பிய இருநூறு ரூபாய் அவர்கள் சௌக்கியமாக வாழப் போதுமானதாக இருந்தது.

நான் கமலாவின் வீட்டுக்கு அடிக்கடி போய் வருவேன். அன்பும் அமைதியுமான அவள் அம்மா நான் சாப்பிடப் பல சுவையான பண்டங்களை ஆசையுடன் கொடுப்பார். அம்மா இல்லாத ஏக்கத்தில் இருந்த நான் அவருடன் சட்டென ஒட்டிக்கொண்டேன். "கமலாவின் தங்கை மாதிரி நீ எனக்கு" என்று அடிக்கடி என்னிடம் சொல்வார். கமலா என்னைவிட இரண்டு வயது மூத்தவள்.

அவள் அப்பாவின் நண்பர் காசியில் இருந்தார். அவர் முயற்சியால் அவருக்குத் தெரிந்த இளைஞர் ஒருவருடன்

கமலாவுக்குத் திருமணம் நடந்தது. இரண்டு வருடங்களுக்கு முன்பு, கமலா படித்துக்கொண்டிருந்தபோது, அவள் திருமணம் நடந்தது. மாப்பிள்ளைக்குக் காசியில் வேலை. அவர் பெற்றோரும் அங்கேயே இருந்தனர். கோடை விடுமுறையில் கமலா சென்று அவள் கணவரைப் பார்ப்பாள். அவர்கள் பரிமாறிக்கொண்ட ஒவ்வொரு கடிதத்தையும் நான் படித்தேன் – நானும் அவளும் அதில் இருந்தவற்றையெல்லாம் இரகசியமாக அலசி ஆராய்வோம்.

இதுபோன்ற கடிதங்களைப் பற்றி ஆபாசமாகவும் கேலியாகவும் எங்கள் வகுப்புப் பெண்கள் பேசிக்கொள்வார்கள். திருமணமான தோழிகள் இரண்டோ மூன்றோ எனக்கிருந்தார்கள். அவர்கள் தம் கணவர்மாருடன் செய்த காதல் களியாட்டத்தின் மர்மங்களை நான் இரகசியமாகத் தெரிந்துகொண்டேன். முதலிரவில் பேசிய முதல் வார்த்தைகள், போலிக் கோபம் கொள்வது, ஆண்களின் சுபாவம் – இவற்றையெல்லாம்தான் பெண்கள் தங்களுக்குள் வழக்கமாகப் பேசிக்கொண்டனர். நான் எழுதிய கவிதைகளுக்கும் சிறுகதைகளுக்கும் இவைதான் தீனிபோட்டன. அதனாலேயே முகுல்தாதா "உன் கதையிலும் கவிதையிலும் நான் யதார்த்தத்தின் ருசியை உணர்கிறேன், மானு" என்றார்.

கல்யாணமாகி எட்டோ ஒன்பதோ மாதத்தில் கமலாவும் அவள் கணவரும் பிரிந்துவிட்டார்கள். காரணம் அதிர்ச்சி தருவது; அவள் அம்மா அவள் அப்பாவின் கட்டிய மனைவி அல்ல, வைப்பாட்டி என்று அவள் மாமனாரிடம் யாரோ சொல்லியிருக்கிறார்கள். எனவே, முறைதவறிப் பிறந்த ஒருத்திக்குத் தன் மருமகளெனும் அந்தஸ்தைத் தெரிந்தே தன்னால் தரமுடியாது என்று சொல்லிவிட்டார் அவர். இனிக் கமலாவைத் தன் குடும்பத்தில் ஏற்றுக்கொள்ளப் போவதில்லை என்றும், அவர் மகனுக்கு வேறொரு திருமணம் முடிக்கப்போவதாகவும் கடிதம் எழுதியிருந்தார். கமலா ஜீவனாம்சம் கேட்டால் நீதிமன்றத்தில் இந்த ஏமாற்றை அம்பலப்படுத்தப் போவதாகவும், தங்களை ஏமாற்றியக் குற்றத்துக்காக அவள் அப்பா மீது எதிர் வழக்கு தாக்கல் செய்யப்போவதாகவும் அதில் மிரட்டி எழுதியிருந்தார்.

இந்த விவகாரம் தொடர்பாகக் கமலாவின் கணவர் அவளுக்கு எழுதிய கடிதங்கள் மேலும் வருத்தமளித்தன. அவர் அவளை ரொம்ப நேசித்தார். அவளும் அவரை ரொம்பவே விரும்பினாள்தான். ஆனால் இந்தக் காதல்பந்தம் கொடூரமாகத் துண்டிக்கப்பட்டது. "என் கைகள் கட்டப்பட்டுள்ளன" என்று கமலாவின் கணவர் எழுதியிருந்தார். "இதில் உன் தவறு எதுவும் இல்லை, எனக்குத் தெரியும். ஆனால் என்னால் என் அப்பாவின் பேச்சைத் தட்ட முடியாது. என்னை மன்னித்துவிடு கமலா.

தர்மத்தைச் சாட்சியாகக் கொண்டு நான் உன்னைக் கரம் பிடித்தேன். இப்போது அதே தர்மத்துக்காக உன்னைவிட்டுப் பிரிகிறேன். அக்னிப் பரிட்சைக்குப் பிறகும்கூட கறைபட்டுவிட்ட தன் மனைவியுடன் இராமனால் வாழ முடியவில்லை; சீதையைப் போன்ற ஒரு உத்தமியை அவன் கைவிடவேண்டியிருந்தது. விடைபெறுகிறேன். என் நேசம் உனக்கு எப்போதும் உண்டு, ஆனால் என் மனைவியாக அல்ல."

கமலா அனுப்பவேண்டிய பதிலை நான்தான் எழுதிக் கொடுத்தேன். அவளுக்குப் பதில் கடிதம் எழுத விருப்பமில்லை, அவள் மிகவும் காயப்பட்டிருந்தாள். ஏதேதோ வேலைகளில் தன்னை ஈடுபடுத்திக்கொண்டு அவள் அதை மறக்க முயன்ற போதும், என்னால் அவள் மனவலியை உணர முடிந்தது. நான் வற்புறுத்திக் கேட்டுக்கொண்டதால் அவள் பதிலெழுதினாள்: "உங்கள் முடிவில் உறுதியாக இருப்பீர்களாக. . . உங்கள் அப்பாவின்மீது நீங்கள் கொண்டிருக்கும் பக்தி குலையாமல் இருக்கட்டும். ஆனால் நீங்கள் சொன்ன, இந்தியாவின் மகத்தான அந்த உதாரண புருஷர் கடைசியாகச் செய்ததை நீங்கள் பின்பற்றவில்லை; பரசுராமர் தனது தவறுக்கு வருந்தி செய்த செயல்களையும், பீஷ்மர் கிடந்த அம்புப் படுக்கையையும், இராமரின் துக்கத்தையும் நீங்கள் மறந்துவிட்டீர்கள். பரசுராமர் நீண்ட பயணம் போகவேண்டி வந்தது, தன் தாயை வெட்டிக்கொன்ற கோடாரியை விட்டொழிக்க; தந்தையிடம் அவன் கொண்டிருந்த பக்தி அவனைக் காப்பாற்றவில்லை. அம்பையின் காதலை ஏற்காத பீஷ்மரின் சத்திரிய சக்தி அவளது தவப் பயனால் ஒரு அயோக்கியனின் கைகளில் தோற்றுப்போனது. தந்தையிடம் அவர் கொண்டிருந்த பக்தி அவரையும் காப்பாற்ற வில்லை. இந்த உலகத்தில் ஒவ்வொரு செயலுக்கும் ஒரு விளைவு உண்டு. யாரும் யாரையும் தடுக்க முடியாது. உங்களுக்குப் புத்தி சொல்ல எனக்கு உரிமையில்லை. நான் வெளிப்படையாகப் பேசுவதற்காக என்னை மன்னிக்கவும். நீங்கள் உன்னதமானவர். அதனால்தான் என்னைக் கைவிட்ட பிறகும் உங்கள் நேசத்தை எனக்குத் தருவதாக உறுதியளித்துள்ளீர்கள். ஆனால் நான் அப்படியில்லை – நான் சிறியவள், அற்பமானவள் – கால ஓட்டத்தோடு போகப் போகிறேன், எங்கே என்று தெரியவில்லை."

கமலாவின் இந்தக் கடிதத்துக்குப் பதிலும் வந்தது. அதில் அவள் கணவர், "என் முட்டாள்தனத்தை உணர்ந்துவிட்டேன். இதற்குப் பிராயச்சித்தம் செய்ய வேண்டிய நேரம் வரும்போது எனது தண்டனையைப் பணிவுடன் ஏற்றுக்கொள்வேன். அப்போது நீ எங்கிருந்தாலும் இந்தப் பாவப்பட்ட மனிதனைக் கொஞ்சம் நினைத்துக்கொள்" என்று எழுதியிருந்தார். கமலாவின்

கணவர் மனதில் ஈரம் இருந்தது. இரக்கமுள்ளவர்தான். ஆனால் சூழ்நிலைக் கைதியாக இருந்தார் என்பது தெளிவாகத் தெரிந்தது. இந்தச் சமுதாயம் கட்டமைத்துள்ள விதிகள், இவரைப் போன்ற பலரையும் தங்கள் இயல்பான ஆசைகளை அடையவிடாமல் தடுக்கின்றன. சமூக விதிமுறைகள் மனித வாழ்வின் மலர்ச்சிக்குத் தடையாக இருக்கின்றன.

கமலாவின் அம்மாவைப் பற்றிப் பரப்பப்பட்ட அவதூறுகள் உண்மைதானா என்று நான் விசாரிக்கவில்லை. தாமரையின் வேர்கள் சேற்றில் இருப்பதைச் சூரியன் பொருட்படுத்துவதில்லை, தண்ணீரில் பூ மலர தான் உதவுவதை நினைத்து அது மகிழ்ச்சியே அடைகிறது; பின்னர் காற்று அதன் தண்டுகளை அசைக்க, தேனீ வந்து தேனைப் பருகுகிறது.

கமலா எங்கள் வீட்டுக்கு அடிக்கடி வருவாள், என் அப்பாவுக்கும் அவளைப் பிடிக்கும். கமலா, ரமேஷ் தாதா, முகுல் தாதா, நான் சேர்ந்து அவ்வப்போது வெளியே போவோம். டீ குடிக்க கமலா வீட்டுக்கு எப்போதாவது அழைத்துப்போவாள். அவர்கள் பணக்காரர்கள் இல்லை. இருந்தாலும் அவள் அம்மா தன் கையால் சமைத்த உணவுகளைப் பரிமாறி எங்களை நன்கு கவனிப்பார்.

நான் யாருடன் சகஜமாகப் பழகினாலும் அப்பா ஆட்சேபிப்பதில்லை. முன்பே சொன்னது போல அவர் சமுதாய ரீதியாக முற்போக்குப் பார்வை கொண்டவர். எங்கள் வீட்டுக்குப் பின்னால் ஒரு காலி மைதானம் இருந்தது, இங்கே ஒரு டென்னிஸ் கோர்ட் கட்டவேண்டுமென்று அப்பாவிடம் கேட்டேன். ரமேஷ் தாதா அதற்கு ஏற்பாடு செய்தார். ஒவ்வொரு மாலையும் ரமேஷ் தாதா, முகுல் தாதா, நந்தா தாதா, கமலா, நான், இன்னும் சில நண்பர்கள் சேர்ந்து இங்கு டென்னிஸ் ஆடினோம். முகுல் தாதாவுக்கு ஆட வரவில்லை, நான்தான் அவருக்குக் கற்றுக்கொடுத்தேன். கமலா திறமையான ஆட்டக்காரி, அவள் எப்போதும் எனக்கு எதிராக விளையாடுவாள். அவளுக்கும் எனக்குமாக மாறிமாறி ஜோடியாக நின்று ரமேஷ் தாதாவும் முகுல் தாதாவும் ஆடினார்கள்.

சித்தி அவர் பிறந்த வீட்டிலிருந்து ஹரிமதி என்ற வேலைக்காரியைக் கூட்டி வந்திருந்தார். சொல்லப்போனால் அவளுக்குச் செய்ய வேலை என்று ஒன்றும் கிடையாது. சித்தியின் உதவியாளர் போல, அந்தரங்கக் காரியதரிசி போலத்தான் அவள் இங்கு இருந்தாள். அவளுக்கு நாற்பத்தைந்து நாற்பத்தாறு வயது இருக்கலாம்; எப்போதும் வெள்ளை சேலையே அணிந்திருப்பாள், சுமங்கலிகள் அணியும் வளையல்களோ குங்குமமோ கிடையாது,

ஆகவே விதவையாக இருக்கலாம். ஆனால் கழுத்தில் ஒரு மெல்லிய சங்கிலியும், கைகளில் நான்கு வளையல்களும் அணிந்திருந்தாள். ஹரிமதி ஏகாதசிகளில் விரதமிருப்பாள், தலைக்கு வாசனை எண்ணெய் தடவிக்கொள்வாள், கரங்களில் பொன் வளையல்கள்; 24 மணி நேரமும் வாயில் வெற்றிலைப் பாக்கு. வறிய வேலைக்காரர்களை அவள் கீழ்த்தரமாக நடத்தினாள்.

வீட்டின் ஒதுக்குப்புறமான மூலையைத் தன் படுக்கையறை யாக்கிக் கொண்ட ஹரிமதி, அதைக் கவனமாகப் பூட்டியே வைத்திருப்பாள். மதிய உணவுக்குப் பிறகு அங்குதான் அவள் தூங்குவாள். அவளுக்கென்று எந்த வேலையும் இல்லாததால் இங்கிருந்த மற்ற வேலைக்காரர்களை உருட்டிமிரட்ட முயன்று தேவையில்லாதப் பிரச்சினைகளை வளர்த்தாள்.

ஹரிமதிக்கு என் போக்கு பிடிக்கவில்லை. சித்தியிடம் என்னைப் பற்றிப் புகார் செய்தாள். சித்தி என்னைவிட வயதில் சற்றே மூத்தவர் என்பதால் அம்மாவைப் போல என்னைக் கண்டிக்கவோ சரிப்படுத்தவோ அவரால் முடியவில்லை. அவர் வெடுக்கென்று பேசுபவருமில்லை, எரிந்துவிழுபவரும் இல்லை. எனவே அவர் என்னை ஒன்றும் சொல்லவில்லை. ஏமாற்றமடைந்த ஹரிமதி, அடுத்து அப்பாவிடம் புகார் செய்தாள். ஆனால் அங்கும் அவள் மண்ணைக் கவ்வினாள்..

கடைசியில் அவளே எனக்குப் புத்தி சொன்னாள். ஒருநாள் அவள் என்னிடம், "ஏன் இப்படியெல்லாம் நடந்து கொள்கிறாய், குக்குமோனி? அக்கம்பக்கத்தினர் உன்னைப் பற்றி என்னவெல்லாமோ பேசுகிறார்கள். சொந்தக்காரரோ ஆசிரியரோ யாரிடம் பழகினாலும் நீ பெண் என்பது உனக்கு நினைவிருக்க வேண்டும். கெக்கபிக்கே என்று இளித்துக்கொண்டு ஏன் அவர்கள்மேல் போய் விழுகிறாய்? கல்யாணம் செய்யும் வயதாகிறது உனக்கு. உனக்குக் கல்யாணமாகியிருந்தால் இந்நேரம் குழந்தை பெற்றுத் தாயாகியிருப்பாய்" என்றாள்.

ஹரிமதி சொன்னதில் ஒன்றுகூடப் பொய்யில்லை. அதனால்தான் நான் அவளை எதிர்த்துப் பேசாமல் கண்களைத் தாழ்த்திக் கேட்டுக்கொண்டேன். வாதாடுவது என் இயல்பில்லை. அதிலும் இந்த விஷயத்தில் எதிர்த்துப் பேசுவது வீண் என்று எனக்கே தெரியும். அக்கம்பக்கத்தினர் என்னைப் பற்றித் தவறாகப் பேசுகிறார்கள் என்று அவள் சொன்னதும்கூட என்னைப் பயமுறுத்தத்தான். அப்படியே நான் அக்கம்பக்கத்தில் கெட்டபெயர் சம்பாதிக்க நேர்ந்தால் அது அவளால்தான் என்று எனக்குத் தெரியும்.

பரத்தைத் தொழிலில் ஒரு படித்த பெண்

சீக்கிரத்திலேயே என் ஊகங்கள் உறுதியாகின. ஹரிமதியின் அச்சுறுத்தல்களைக் கண்டு நான் அடங்கப் போவதில்லை என்று தெரிந்ததும் அவள் என்னைப் பற்றிய அவதூறுகளைப் பரப்பினாள். கடைசியில் அது அப்பாவின் கவனத்துக்கு வந்தது, அவர் அதை நம்பவில்லை. வதந்தியைப் பரப்பியவளிடமே அவர், "பெண்கள் சுதந்திரமாக நடமாடத் தொடங்கியதுமே, நம் நாட்டு மக்கள் புரளி பேசி அவர்களின் நற்பெயரைக் கெடுக்க முயற்சிக்கிறார்கள். பெண்களின் சுதந்திரம் இன்னும் நம் நாட்டில் ஏற்றுக்கொள்ளப்படவில்லை" என்று சொல்லியிருக்கிறார்.

இதனால் எனக்குள் பிடிவாதம் இன்னும் வளர்ந்தது. ஒருமுறை பேச்சின் இடையே முகுல் தாதா என்னிடம் "காதலின் பாதையில் எவ்வளவு அதிகத் தடை ஏற்படுகிறதோ அவ்வளவு வலுவாக அது வளரும்" என்று சொன்னார். இதற்கான சாட்சியத்தை நான் என் இதயத்தில் கண்டுகொண்டேன்.

பருவத்தின் வாசலில் இருந்த எனக்குள் கட்டுக்கடங்காமல் மோகம் பெருக்கெடுத்த அந்நேரம் முகுல், ரமேஷ் ஆகிய இரு இளைஞர்களுடன் நான் நெருங்கிப் பழகிக்கொண்டிருந்தேன். இயற்கையின் கட்டளைகளுக்கு அடிபணிந்து, அடக்க முடியாத என் ஆசை அவர்களை நோக்கிப் பாய்ந்தது. என்னைக் கண்டித்துக் கட்டுப்படுத்த வேண்டிய தாய்ப் பாசமோ அன்போ அக்கறையோ யாருக்குமில்லை. அம்மா உயிரோடு இருந்திருந்தால் நான் இப்படி வழி தவறிப் போயிருக்க மாட்டேன் என்று இன்று உணர்கிறேன். அப்பா ஒருமுறையாவது அவர் கவனத்தை என் பக்கம் திருப்பியிருந்தால், கொஞ்சமாவது என் மேல் அக்கறையுடன் இருந்திருந்தால் அல்லது என்னைக் கட்டுப்படுத்தி யிருந்தால்கூட என் வாழ்க்கை வேறுமாதிரி மாறியிருக்கும்.

முகுல் தாதா கொஞ்சம் பயந்த சுபாவம். ரமேஷ் தாதாவோ தைரியமானவர், துடுக்கானவர். பள்ளிகளும் அலுவலகங்களும் விடுமுறை விடப்பட்டிருந்த ஒருநாள் மதியம், அறையில் படித்துக்கொண்டிருந்த என் அப்பாவிடம் அவர் போய், "மானி எங்கே காகாபாபு?" என்று கேட்டார்.

அப்பா, "மேலே, ஏன்?" என்று கேட்க, ரமேஷ் தாதா "மானி வருவதாக இருந்தால் இன்று பொட்டானிகல் கார்டன் போகலா மென்று இருக்கோம், எங்களுடன் காகிமாவையும் கூட்டிப் போவோம்" என்றார்.

"அவளிடமே கேள்" என்றார் அப்பா.

ரமேஷ் தாதா நேராக என் படுக்கையறைக்குள் நுழைந்தார். நான் படுக்கையில் சாய்ந்து கீதகோவிந்தம் படித்துக்

கொண்டிருந்தேன். என் பக்கத்தில் அமர்ந்து, "இன்னைக்குப் பொட்டானிகல் கார்டன் போகலாமா மானி?" என்று கேட்டார்.

"வேண்டாம் ரமேஷ் தாதா. எனக்கு இன்னைக்கு உடம்பு சரியில்லே" என்றேன். அவர் என் நெற்றியில் கைவைத்துப் பார்த்து, "நல்லாத்தானே இருக்கு. எங்கே உன் கையைக் காட்டு, பார்க்கிறேன்" என்றார். என் இடது கையை இழுத்து வைத்து நாடி பார்த்துவிட்டு, "உனக்கு ஒன்றுமில்லை. விளையாட்டு காட்டறே" என்றார். என் விரல்களோடு அவர் விரல்களைக் கோர்த்து, என் கையைப் பிசையத் தொடங்கினார். பரவசம் மின்சாரம் போல என் உடம்பில் பாய்ந்தது.

நான் ஒருக்களித்துப் படுத்துக்கொண்டு சிரித்தேன். "நாடியையும் நெற்றியையும் தொட்டுப் பார்த்தே உங்களால் எல்லா நோய்களையும் தெரிந்துகொள்ள முடியுமா என்ன?" என்றேன். சிரித்துக்கொண்டே நான் சொன்னதைச் சரியாகப் புரிந்துகொண்ட ரமேஷ் தாதா "அப்படின்னா நான் ஸ்டெதஸ்கோப் இல்லாமல் பரிசோதிக்க வேண்டும்" என்றார்.

சிறிதுநேரம் கழித்து அவர் அறையை விட்டுச் சென்றார். முதன்முறையாக இரத்தருசி கண்ட காட்டுப் புலியைப் போல நான் இருந்தேன். இதில் எனக்குப் பயமோ வருத்தமோ இல்லை – மாறாக எனக்கிருந்த கவலையும் தயக்கமும் மறைந்து போயின. ஒன்றின்மேல் விருப்பம் ஏற்பட்டுவிட்டால் வாய்ப்புகள் நிச்சயமாகக் கிடைக்கும் என்பதைக் கண்டுகொண்டேன்.

ஆறோ ஏழோ மாதங்கள் கடந்துபோயின. உடல் மூட்டிய நெருப்புக்கு நான் எண்ணெய் ஊற்றிக்கொண்டே இருந்தேன். ரமேஷ் தாதா தங்கும் விடுதியிலேதான் இருந்தார், குடும்பத்தைக் கூட்டி வந்து தன்னோடு வைத்துக்கொள்ள வேண்டி வந்த ஒவ்வொரு முறையும் ஏதாவது சாக்குப்போக்குச் சொல்லித் தட்டிக் கழித்தார். முகுல் தாதாவுக்குக் கமலா மேல் ஈர்ப்பு. பிரம்ம ஞான சபையின் முறையில் அவளைத் திருமணம் செய்து கொள்ள விரும்புவதாகவும் தெரிவித்தார். இதைக் கேட்டு நான் மகிழ்ந்தேன் – ஆனால் கமலாவுக்குத் தனது முன்னாள் கணவரை இன்னமும் மறக்க முடியாததால் இந்த விஷயத்தில் அவள் ஒதுங்கியே இருந்தாள்.

ஒருநாள் ரமேஷ் தாதா என்னிடம், "நாமிருவரும் இந்த வீட்டில் இப்படியே இருப்பது கஷ்டம்" என்றார். "உன்னை நான் எப்போதும் பார்த்துக்கொண்டே இருக்க முடிகிற, ஒவ்வொரு நொடியும் உன்னை என் இதயத்தில் வைத்திருக்க முடிகிற எங்காவது ஒரு இடத்துக்குப் போய்விடலாம். மலை வெள்ளம் கரைபுரண்டோடத் தொடங்கிவிட்டது, அது திறந்தவெளிக்குப்

பாயட்டுமே!" நான் பதிலேதும் சொல்லாமல் ரமேஷ் தாதாவை அணைத்துக்கொண்டேன், அவர் மார்பில் தலை சாய்த்துக் கண்ணீர்விட்டு அழுதேன்.

பள்ளி ஆண்டுத் தேர்வு நெருங்கி வந்தது. நான் வீட்டிலேயே அதிக நேரம் படிக்க விரும்பினேன். காலை 10.30 மணிவரை வகுப்புகள் தொடங்குவதில்லை என்றாலும் ஸ்கூல் பஸ் 9 மணிக்கே – முதல் சவாரியிலேயே – என்னைப் பள்ளிக்குக் கூட்டிச் சென்றுவிடுவதை அப்பாவிடம் சொன்னேன். நேரம்தான் விரயம். அப்பா "கார் பழுது பார்ப்பதற்காக கேரேஜில் இருக்கிறது. அது வரும்வரை பள்ளிக்கு டாக்சியில் போ. நீயும் நந்தலாலும் ஒன்றாகக் கிளம்புங்கள். உன்னை உன் பள்ளியில் விட்டுவிட்டு பிறகு அவன் பள்ளிக்குச் செல்வான்" என்றார். நந்தா தாதாவும் நானும் டாக்சியில் பள்ளி போய்வர ஆரம்பித்தோம்.

இரண்டு மூன்று நாட்களாக நான் வாந்தியெடுத்துக் கொண்டே இருந்தேன், ஒவ்வொரு முறையும் வாயில் எச்சில் சுரந்துகொண்டே இருந்தது. ரமேஷ் தாதாவிடம் சொன்னேன், கொஞ்ச நேரம் மௌனமாக இருந்தார். மறுநாள் அவர் என்னிடம், "நான் நான்கு மாதங்கள் லீவ் போட்டுவிட்டேன், மானி. வா, நாம் ஓடிப்போய்விடலாம். இனியும் தாமதிக்கக்கூடாது. நாளை நீ முதலில் நந்தலாலை இறக்கி விட்டுவிட்டு டாக்சியில் என் இடத்திற்கு வந்துவிட வேண்டும். இருவருக்கும் சேர்த்து எல்லாம் எடுத்துவைத்துவிடுகிறேன். நமக்குத் தேவையானதையெல்லாம் முகுலிடம் வாங்கி வரச் சொல்லியிருக்கிறேன்" என்றார். சந்தோஷத்தில் எனக்குக் கிறக்கமே வந்துவிட்டது.

முகுல் தாதா பாடம் சொல்லித் தர நேரத்துக்கு வந்தார். ரமேஷ் தாதா மீது நான் கொண்டிருந்த காதலை அவர் அறிவார். அதன் நினைவாக அவர் ஒரு கவிதைத் தொகுப்பைக்கூட எழுதிவிட்டார் – புதிய கவிதைப் புத்தகத்தின் தலைப்பு மாதுரி.

மறுநாள் நானும் நந்தா தாதாவும் வழக்கமான நேரத்தில் டாக்சியில் பள்ளிக்குச் சென்றோம். நான் என் புத்தகங்களை எடுத்துக்கொள்ளவில்லை. "தேர்வுகளுக்காக தயார் செய்கிறோம். புத்தகங்கள் எதற்கு?" என்று மழுப்பிவிட்டேன். நந்தா அவர் வாட்சைப் பார்த்துவிட்டு "ஓ, எனக்கு நேரமாகிடுச்சு மானு" என்றார். "அப்படியென்றால் முதலில் உங்கள் பள்ளிக்குப் போய்விடலாம் நந்தா தாதா, நான் பள்ளி செல்ல இன்னும் நேரமிருக்கிறது" என்றேன். இப்படித்தான் வாய்ப்புகள் எதிர்பாராமல் வருகின்றன. நந்தா தாதாவின் பள்ளிக்கு முதலில் செல்ல எப்படி ஏற்பாடு செய்வது என்று யோசித்துக்

கொண்டிருந்தேன். நேர்மையானவர்களை ஊக்குவிக்கும் இறைவனே திருடனுக்கும் தேவையானதை வழங்கி விடுகிறார்.

நந்தா தாதாவின் பள்ளியிலிருந்து நான் நேராக ரமேஷ் தாதாவின் வீட்டுக்குச் சென்றேன். முகுல் தாதாவும் அங்கிருந்தார். ரமேஷ் தாதா ஒரு சூட்கேஸை எடுத்துக்கொண்டு என்னுடன் வேறொரு டாக்சியில் ஏறினார். முகுல் தாதாவிடமிருந்து இங்கு நான் விடைபெற்றுக்கொண்டேன். கமலாவிடம் சொல்லிக்கொள்ள நேரமில்லை. எனவே நடந்த அனைத்தையும் அவளிடம் தெரிவித்துவிடும்படி அவரிடம் கேட்டுக்கொண்டேன். டாக்சி ஹவுரா ஸ்டேஷனுக்குப் புறப்பட்டது. திரும்பிப் பார்த்தேன். முகுல் தாதா கண்ணீரைத் துடைத்துக்கொள்வது தெரிந்தது.

வீட்டைவிட்டு வெளியேறும் முன்பு, அம்மாவின் உருவப் படத்திற்கு முன் ஒரு கணம் நின்று ஆசீர்வாதம் வாங்க வேண்டும் என்று நினைத்திருந்தேன். ஆனால் நானிருந்த பதட்டத்தில் அதுகூட நினைவுக்கு வரவில்லை. அது அப்படித்தான் நடக்க வேண்டியிருந்ததோ என்னவோ? ஒருவேளை அவரைப் பார்த்திருந்தால் வெறுப்பூட்டும் இப்படியொரு துணிச்சலான காரியத்தை என்னால் செய்திருக்க முடியாது.

4

தவறை உணர்ந்துகொண்டேன்

நான் ஏன் வீட்டைவிட்டு வெளியே வந்தேன்? இந்தக் கேள்விக்குத் தெளிவாகவே பதில் சொல்லி விடுகிறேன். ஆசை கண்ணை மறைத்து என் அறிவு மழுங்கிப் போனதுதான் காரணம். நமது உடலால் நமக்குள் எழும் இயல்பான இச்சைகளைக் கட்டுப் படுத்தவே திருமணம் எனும் சடங்கை சமூகம் ஏற்பாடு செய்திருக்கிறது. இளம் ஆண்களும் பெண்களும் தகுந்த முறையில் போதிக்கப்பட்டு, ஒழுக்கமானவர்களின் சகவாசத்தோடு வளரும்போது இளமையின் உணர்ச்சி வேகத்திலிருந்து அவர்கள் பாதுகாக்கப்படுகிறார்கள். ஆனால் இதெல்லாம் இப்போதைய சமூகத்தில் இல்லாத விஷயங்களாகிவிட்டதால்தான் இளம் உடல்களிலும் மனங்களிலும் நேரங்கெட்ட நேரத்தில் கட்டுக்கடங்காத காமம் வெடித்துவிடுகிறது.

என்னைப் பொறுத்தவரை, எனக்குச் சரியான போதனையோ ஒழுக்கமானவர்களின் சகவாசமோ கிடைக்கவில்லை. என் பள்ளிப் படிப்பின் வழியாக நான் படிக்கக் கற்றுக்கொண்டதெல்லாம் கருத்தென்று ஒன்றுமில்லாத புத்தகங்களைத்தான் – கவிதை, நாவல், கதைகள் மட்டுமே படித்தேன். என்னுடலில் மோசமான உணர்ச்சிகளைத் தூண்டக்கூடிய கற்பனைகளை அவை எனக்குள் ஏற்படுத்தின. எனக்குள் பக்தியைத் தூண்டி, சுயக் கட்டுப்பாட்டைக் கற்றுக்கொடுக்கக்கூடிய ஆன்மீகப் புத்தகங்களை யாரும் எனக்குக் கொடுத்ததில்லை. எனக்குச் சந்தோஷம் தந்தவையெல்லாம் கீழ்த்தர மான பொழுதுபோக்குகளே. நாடகங்களில் பார்த்த நடனமும் பாட்டும், திரைப்படங்களில் கண்ட

காட்சிகளும் சரியான சிந்தனையைத் தூண்டும்படி எதுவும் செய்யவில்லை. இதிலிருந்தெல்லாம் இளைஞர்கள் கற்றுக்கொள்ள முயல்வது ஆபத்தானது. குழந்தைக்கு முதல் பல் முளைத்ததுமே மீனை ஊட்டினால் மீன்முள் தொண்டையில் சிக்கிக் குழந்தை இறந்துவிடும். அதுபோலத்தான் இந்நாட்டின் இளம்பெண்களும் ஆண்களும் நாடகம் பார்ப்பதின் மூலம், நாவல்களைப் படிப்பதின் மூலம் தங்களின் சாவை நோக்கிக் கூட்டிச் செல்லப்படுகிறார்கள். இதை என் சொந்த அனுபவத்திலிருந்து சொல்கிறேன். என் நிலையில் இருக்கும் மற்றவர்களும் நான் சொல்வதை ஒப்புக்கொள்வார்கள் என்று உறுதியாக நம்புகிறேன்.

நிறைய விஷயங்களைத் தெரிந்துகொண்டேன் என்பதை நான் பள்ளியில் இருந்தபோதே உணர்ந்துகொண்டேன். இளம் நாவலாசிரியர்களின் பல படைப்புகளைப் படித்து முடித்திருந்தேன். இதற்கு முகுல் தாதாவுக்குத் தான் நன்றி சொல்ல வேண்டும். கொஞ்சம் ஷெல்லி, பைரன், ஷேக்ஸ்பியர், வித்யாபதி, பரத்சந்திரர், வித்யாசாகர், பங்கிம், தீனபந்து, கிரிஷ் சந்திரர், ரவீந்திரநாத் தாகூரையும் படித்திருந்தேன். எனவே, நான் பெருமையில் பூரித்துப் போயிருந்ததில் ஆச்சரியமில்லை.

தங்களுக்கென ஒரு கற்பனை உலகத்திலேயே வாழ்பவர்கள் வாழ்க்கையின் கடுமையான யதார்த்தங்களைப் புரிந்துகொள்ள மாட்டார்கள். கவிஞர்களும் நாவலாசிரியர்களும் இந்த வகையைச் சேர்ந்தவர்கள். எண்ணங்களோடு மட்டும் இவர்கள் விளையாடுவார்களே தவிர செயலில் இறங்கத் துணிய மாட்டார்கள். முகுல் தாதாவின் போதனை என்னைக் கொண்டு வந்து நிறுத்தியிருந்த இடமும் இதுதான். நிஜ உலகில் வாழ வந்தபோதுதான் நாவல்கள் மூலமும் கவிதைகள் மூலமும் நான் கற்பனை செய்திருந்த உலகம் முற்றிலும் பொய்யானது என்பதைக் கண்டுகொண்டேன்.

நான் வீட்டைவிட்டு வெளியே வந்தபோது எனக்குப் பதினைந்து வயது. போதிய புத்தியோ அனுபவமோ இல்லாதவள் நான் என்பதும், உலகத்தைப் பற்றி எனக்கு எதுவும் தெரியாது என்பதும், வாழ்வில் ஒவ்வொரு அடியையும் எச்சரிக்கையுடன் எடுத்து வைக்க வேண்டும் என்பதும் அந்த வயதில் தெரிந்திருந்தால் இந்தக் காரியத்தை செய்திருக்கவே மாட்டேன். என்னிடமிருந்த போலி ஆணவத்தால் பொறுப்பில்லாமல், வரப்போவதை நினைத்துப் பார்க்காமல், இருந்துவிட்டேன். சரியான வழிகாட்டி இருந்திருந்தால் என் வாழ்க்கை மிகவும் நல்லபடியாக இருந்திருக்கும் என்று இப்போது எனக்குப் புரிகிறது. சுதந்திரத்திலும்கூடத் தளைகள் உண்டு என்பதை இப்போது உணர்ந்துகொண்டேன்.

வீட்டை விட்டு வெளியேறியவுடன் எல்லாத் தடைகளும் மறைந்துவிடும் என்று எதிர்பார்த்த நான் என் ஆசைகளை முழுமையாக நிறைவேற்றிக்கொண்டேன். ஆனால் டெல்லிக்குப் போனதும் எங்களுக்கு ஒரு சிக்கல் வந்தது – நாங்கள் போலீஸாரின் கண்களில் படாமல் இருக்க வேண்டும். புதிய நகரம்; மனிதர்களும் இடங்களும் அறிமுகம் இல்லாதவை. வங்காளிகளாகிய எங்களுக்கு இதுவொரு அன்னிய தேசம் – எங்கு போவது, என்ன சாப்பிடுவது? ரமேஷ் தாதா வெளியே போகும்போது என்னால் கவலைப்படாமல் இருக்க முடியுமா? எத்தனையோ பிரச்சினைகள், எத்தனையோ சிரமங்கள். வீடு ரொம்பவே சௌகர்யமாக இருந்தது. எனக்கு அங்கே நிறைய சுதந்திரம் இருந்தது – அவ்வளவு ஏன், ரமேஷ் தாதாவுடன் நெருக்கமாக இருக்கக்கூட அங்குதானே வாய்ப்பு கிடைத்தது.

பணத்தால் எல்லாத் தடைகளையும் உடைக்க முடியும்தான், ஆனால் ரமேஷ் தாதாவிடம் அவ்வளவு பணம் இருந்ததா? நான் வீட்டிலிருந்து எதுவும் கொண்டு வரவில்லை. அவரிடமோ இரண்டாயிரத்து ஐந்நூறு ரூபாய் மட்டும் இருந்தது. குந்தித் தின்றால் குன்றும் மாளுமெனும்போது இது எம்மாத்திரம்? நாங்கள் எந்த ஊரில் இருந்தாலும் சரி, சொகுசு ஹோட்டல்களில்தான் தங்கினோம். எனக்கு உடுப்புகளும் கொஞ்சம் நகைகளும் தேவைப்பட்டன, வேலைக்குப் பையனும் வைத்துக்கொண்டோம். எளிய உணவைச் சாப்பிட்டுச் சாமியார்களைப் போல வாழப்போவதில்லை என்பதில் நாங்கள் உறுதியாக இருந்தோம். எங்கள் வாழ்க்கையைச் சந்தோஷமாக அனுபவிக்க வேண்டும், அதற்கு முக்கியமாகப் பணம் வேண்டும்.

டெல்லியில் ஒரு வாரம் கழிந்தது. அப்பா நான் இருக்கும் இடத்தைப் பற்றி விசாரிக்கத் தொடங்கிவிட்டதை – போலீஸிற்கு இன்னும் அவர் சொல்லவில்லை என்றாலும் – முகுல் தாதாவின் கடிதம் மூலம் தெரிந்துகொண்டேன். ரமேஷ் தாதா மீதுதான் அவருக்குப் பெரும் சந்தேகம். அவரது அலுவலகத்திலும் வீட்டிலும் அவரைப் பற்றி விசாரித்துள்ளனர். கமலா கலங்கிப் போயிருந்தாள்.

நாங்கள் டெல்லியில் இருந்து லாகூர் சென்றோம். ரமேஷ் தாதா ஒரு வருடம்கூட முழுதாக வேலை செய்யவில்லை. அதற்குள் எப்படி அவருக்கு நான்கு மாதம் விடுப்பு கிடைத்தது? எனக்கு அதைக் கேட்கவே தோன்றவில்லை.

ஒருவர் வேலைக்குச் சேர்ந்து குறிப்பிட்ட காலத்துக்குப் பிறகு எவ்வளவு நாட்கள் விடுப்பு கிடைக்கும் என்பதைப் பற்றியோ, அலுவலகங்களின் நடைமுறைகள் பற்றியோ எந்தக் கவிதையும் நாவலும் எனக்குச் சொல்லித்தரவில்லையே!

நாங்கள் ரயிலில் இரண்டாம் வகுப்பில் பயணித்தோம். பர்த்வானில், ரமேஷ் தாதா தன் சூட்கேஸைத் திறந்து, ஐந்து கரன்சி நோட்டுக் கட்டுகளை என் முன் வைத்துவிட்டு, "இதை வைத்துதான் நாம் இனி வாழ வேண்டும், மானு" என்றார். ஒவ்வொரு கட்டிலும் இருந்த ஐந்து ரூபாய் நோட்டுகளை எண்ணிப் பார்த்தேனே தவிர இந்த இரண்டாயிரத்து ஐந்நூறு ரூபாய் எப்படி கிடைத்தது என்று அவரை நான் கேட்கவில்லை. மாதம் 200 ரூபாய் சம்பளம் என்றாலும்கூட வருடத்துக்கு 2500 ரூபாய் கிடைக்காதே! ரமேஷ் தாதாவின் அப்பா பணக்காரரோ என்னவோ, அவர் பணத்தை இவர் செலவழிக்கிறார் போலிருக் கிறது. ஆனால் அப்படியிருக்கவும் வாய்ப்பில்லை. வேலை வாங்கித் தரச்சொல்லி என் அப்பாவிடம்தானே வந்து நின்றார். அத்துடன், போதுமான பணம் இல்லாததால் எங்கள் வீட்டில்தானே ஒரு மாதம் தங்கியிருந்தார்.

ஆனால் அந்தச் சமயத்தில் இவை எதையுமே நான் நினைத்துப் பார்க்கவில்லை. காமவெறியைத் தூண்டிவிடும் பிசாசுகள் இதெல்லாம் நம் நினைவுக்கு வராமலும் தடுத்துவிடுகின்றன. குடும்ப உறவுகளோ சாட்சிகளோ இல்லாமல் திருமணம் செய்து கொண்ட தம்பதிகள் போல, இல்லையென்றால் புராணக் கதையில் வரும் கின்னர் மிதுன் ஜோடியைப் போல, நாங்கள் வானில் மிதந்தோம் – சந்தோஷத்தில் எங்கள் பாதங்கள் நிலத்திலேயே படவில்லை.

லாகூரில் இருந்து நாங்கள் அமிர்தசரஸ் போனோம். அங்கு மூன்று நாட்கள் இருந்துவிட்டுப் பிறகு காஷ்மீருக்குப் புறப்பட்டோம். ஸ்ரீநகரில் கிட்டத்தட்ட ஒரு மாதம் தங்கியிருந்தோம். எல்லோரும் சொல்வதுபோலக் காஷ்மீரின் அழகு அற்புதம்தான். எங்கள் புதுக் காதல் வெள்ளமாய் பாய்ந்தது.

அடுத்த இலக்கு பம்பாய். முன்பிருந்த ஆபத்துக்களைத் தவிர்த்துவிட்டதால் என் பயங்கள் கொஞ்சம் கொஞ்சமாக விலகின. போலீஸ் பயம் இனியில்லை. ரமேஷ் தாதா ஜாக்கிரதையானவர், தந்திரசாலி. என் அப்பா போலீஸில் புகார் கொடுக்கவில்லை என்பதை முகுல் தாதாவின் கடிதம் மூலம் அறிந்துகொண்ட போதும், எங்கு போனாலும் போலீஸ்காரர்களுடன் பழகுவதை இவர் வழக்கமாக்கிக் கொண்டார். கைது வாரண்ட் பற்றிய செய்தியை முன்கூட்டியே தெரிந்துகொண்டு நேரத்தோடு ஓடி ஒளிந்துகொள்ள வேண்டும் என்பதே இவரது நோக்கமாக இருந்தது.

பள்ளியில் ஆரம்பகட்ட வகுப்புகளில் இருந்தபோதே நான் ஆங்கிலத்தில் கைதேர்ந்திருந்தேன். முகுல் தாதாவின் பயிற்சியும்,

ரமேஷ் தாதாவின் சகவாசமும் என் திறமையை இன்னும் மேம்படுத்தி இருந்தது.

ஹோட்டல்களில் நாங்கள் மேற்கத்தியர்களைப் போல இருந்தோம். அங்கு நான் பார்ஸி பெண்களைப் போல உடை அணிந்துகொண்டேன். விருந்தினர்களோடு பழகுவதற்கு என் ஆங்கிலம் ரொம்பவே உபயோகமாக இருந்தது. ஆரம்பத்தில் குழப்பமாக இருந்தபோதும் மேற்கத்திய முறையில் உண்ணவும், நடந்துகொள்ளவும் நான் சீக்கிரமாகவே கற்றுக்கொண்டேன். ரமேஷ் தாதா என்னிடம், “இங்கே பார் மானு, வங்காளப் பெண்கள் நீங்கள் பஞ்சாபுக்குப் போனால் ‘ஐயோ கடவுளே, ஏன்தான் இங்கு வந்தேனோ!’ என்று அலுத்துக்கொண்டாலோ, பம்பாய்க்காரர்கள் வங்காள உணவுக்கும் வாழ்க்கைக்கும் பழகிக்கொள்ள முடியாமல் போனாலோ, மதராஸிகள் அயோத்தியை அந்நிய நிலமாகக் கருதினாலோ, இந்த நாட்டில் எப்படி நம்மால் தேசியவாதத்தை உருவாக்க முடியும்?” என்றார்.

அதற்கு நான் சொன்னேன், “இந்தியா மிகப்பெரிய நாடு; மொழி, மதம், சமூக நடைமுறை எனப் பலப்பல வேறுபாடுகள் இங்கு இருக்கும்போது ஒரே தேசமாக இதை உருவாக்குவது முடியாத காரியமென்று நினைக்கிறேன்.” ரமேஷ் தாதாவோ விடாப்பிடியாக, “முடியாததைச் செய்துமுடிக்க வேண்டும்” என்றார். நான் அவரிடம் இந்தக் குணத்தைப் பார்த்திருக்கிறேன் – அவர் எங்கு சென்றாலும் அந்த இடத்தைத் தன் சொந்த இடமாகக் கருதினார். எண்ணங்களால் மட்டுமல்ல செயல்களாலும் இதைக் கடைப்பிடித்தார்.

டெல்லியிலும் லாகூரிலும் ஸ்ரீநகரிலும் பம்பாயிலும் நாங்கள் தங்கிருந்த காலத்தில், அந்நகரங்களில் இருந்த பல வரலாற்றுச் சிறப்புமிக்க இடங்களுக்கும், புனிதத் தலங்களுக்கும் சென்று வந்தோம். இது என் மனசஞ்சலத்தைக் களைய ஓரளவு உதவியது. என் பதட்டம் மறைந்து அமைதி திரும்பியது. ரமேஷ் தாதா நிம்மதிப் பெருமூச்சு விட்டார்.

ஸ்ரீநகரில் இருந்து பம்பாய் செல்லும் வழியில் துவாரகையிலும் ராஜ்புதானாவிலும் கொஞ்ச காலம் இருந்தோம். புஷ்கர், பாரத்பூர், ஜெய்ப்பூர், சித்தூர் போன்ற இடங்களுக்குச் சென்று வந்தது என் மனதை அற்புதமாக அமைதிப்படுத்தியது. வீட்டையும் அப்பாவையும் சுத்தமாக மறந்துவிட்டேன். ஒருகாலத்தில் அவருடன் சென்று இந்த இடங்களையெல்லாம் பார்க்க விரும்பினேன். அவரோ ஆசையாகச் சித்தியைக் கூட்டிக்கொண்டுப் போனார். ரமேஷ் தாதாவின் உதவியால் இன்று என் ஆசை நிறைவேறிவிட்டது. நடக்கும்போது அவருடைய

கையைப் பிடித்துக்கொள்வேன். காரில் போகும்போது அவரை அணைத்தபடி அமர்ந்திருப்பேன். ஸ்பிரிங் பழுதாகிப்போன எங்கள் கார் மேடுபள்ளமான சாலைகளில் குதித்து குதித்து ஓடியபோது எங்கள் இதயங்களுக்கு இடையே பாய்ந்த சந்தோஷ அலைகளை என்னால் விவரிக்கவே முடியாது. எனக்கு ரமேஷ் தாதா மீது காதல் மட்டுமல்ல நன்றியுணர்ச்சியும் பொங்கியது.

நாங்கள் ஹல்திகாட்டை கடந்தபோது, ரமேஷ் தாதா என்னிடம், "இதுதான் இந்தியாவின் தெர்மோபலி[1], பதினைந்தாயிரம் ரஜபுத்திரர்கள் நாட்டுக்காகத் தங்கள் உயிரைக் கொடுத்த இடம். அவர்களின் மகத்தான வீரத்தை நாம் மறந்துவிட்டோம்" என்றார். பெருமூச்சு விட்டபடி சுருட்டுப் புகையை ஊதினார். டி.எல்.ராயின் *ராணா பிரதாப்* மேடை நாடகத்தை நான் பார்த்திருக்கிறேன். "அப்படியொரு அசைக்க முடியாத உறுதி, அப்படியொரு தீவிர தியாக மனப்பான்மை – தங்கள் தாய்நாட்டை அடிமைச்சங்கிலியில் இருந்து விடுவிப்பதற்காக இவ்வளவு அரிய தியாகத்தை வேறு யார் செய்திருக்க முடியும்? இத்தகைய உயர்ந்த இலட்சிய உணர்வை நாம் கற்பனை செய்துகூடப் பார்க்க முடியாது."

பத்மினி தீக்குளித்த இடத்தைப் பார்த்தோம். அங்கிருந் தவர்கள் தலைகுனிந்து உள்ளங்கைகளைப் பிணைத்து நின்றிருப்பதைப் பார்த்து, என் இதயம் படபடக்க நானும் அப்படியே செய்தேன். என் கைகள் மரத்துப்போய் நான் விழப்போனேன். பக்கத்தில் நின்றிருந்த ரமேஷ் தாதாவைப் சட்டெனப் பிடித்துகொண்டு, "போகலாம்" என்றேன்.

பெண்ணினத்திலேயே பரிசுத்தமானவரான பத்மினி விண்ணிலிருந்து எனக்கு என்ன ஆசி வழங்கினாரோ எனக்குத் தெரியாது. ஆனால் அவர் வெளிப்படுத்திய கற்பு என்ற ஒழுக்கச் சிந்தனை மட்டும் நம் நாட்டில் இல்லாது போயிருந்தால், மனித சமுதாயத்தை வழிநடத்திச் செல்லும் ஒளிவிளக்கொன்றை நாம் இழந்திருப்போம் என்று இப்போது நினைத்துக்கொள்கிறேன். கற்புக்கரசியான மனைவியொருத்தி அக்னிப் பிரவேசம் செய்ததை நான் புராணங்களில் படித்திருக்கிறேன். கற்புடைய பெண்டிர் பலரும் மகத்துவத்தின் தழலில் குளித்து உயிர்த் தியாகம் செய்த புனிதத்தலத்தை இப்போது பார்த்துவிட்டேன். அந்த நெருப்பு பத்மினியின் உடலைச் சாம்பலாக்கவில்லை,

---

1. தெர்மோபலி (Thermopylae): பண்டைய கிரேக்கத்தில் பொது ஆண்டு 480இல் கிரேக்கருக்கும் பெர்ஷியருக்கும் போர் நிகழ்ந்த இடம். கிரேக்கர்களின் தீரத்திற்குச் சான்றாக இந்த இடம் போற்றப்பட்டது.

போர் தொடுத்த பாவியின் அநாகரிகமான ஆசையைத்தான் அது எரித்து சாம்பலாக்கியது என்பதை உணர்ந்துகொண்டேன்.

ஒருநாள் மாலை பம்பாயின் மலபார் ஹில்ஸில் காற்றுவாங்கிக் கொண்டிருந்தோம். டாக்ஸியை அனுப்பிவிட்டுக் காலாற உலாத்திக்கொண்டிருந்தோம். அன்று மாலை நான் வருத்தமாக இருந்தேன். அதற்கான காரணத்தைப் பின்னர் சொல்கிறேன். மதிய உணவுக்குப் பிறகு ஒரு குட்டித்தூக்கம் போட்டபோது ரமேஷ் தாதா செய்தித்தாள் படித்துக்கொண்டிருந்தார். நாங்கள் அதிகம் பேசிக்கொள்ளவில்லை. நான் மனச்சோர்வாக இருப்பதைப் பார்த்த அவர் என்னை வெளியே கூட்டிப்போக நினைத்தார். வெளியில் பார்த்த அழகிய காட்சிகள் என்னைக் கொஞ்சம் உற்சாகப்படுத்தின. "மானு, நீ இப்படி மனம் வாடிப்போயிருப்பதைப் பார்க்கவா நாம் நம் வீட்டையும் குடும்பத்தையும் விட்டு வந்தோம்? சொல், என்ன விஷயம்?" என்றவர், அவரது இடதுகையால் என்னை வளைத்து, என்னை ஒரு உலுக்கு உலுக்கினார். நான் கண்ணீருடன் அவர் மார்பில் சாய்ந்து கொண்டேன். அவர் என் மோவாயை உயர்த்தி, என் கண்கள் கசிவதைக் கண்டார். உடனே தன் கைக்குட்டையை எடுத்து என் கண்ணீரைத் துடைத்தபோது அதன் லேசான நறுமணத்தில் திளைத்தேன். அருகில் இருந்த பெஞ்சில் உட்கார்ந்தோம்.

"உனக்காக எல்லோரையும் விட்டுவிட்டு வந்திருக்கிறேன், மானு" என்றவர் தொடர்ந்து, "உனக்காக என் மனைவி, விதவையான அம்மா, என் தம்பி தங்கைகள் என்று எல்லோரையும் மறந்து இருக்கிறேன், எல்லாம் உனக்காகத்தானே. இப்போது நீயும் என்னைவிட்டுப் போகப் போகிறாயா? உன்னுடன் இருப்பதற்காக நான் கடந்து வந்த ஆபத்துக்களே உனக்குச் சொல்லவில்லையா, நான் உன்னை எவ்வளவு நேசிக்கிறேன் என்பதை?" என்றார். என்னைத் தன் மார்போடு சேர்த்தணைத்துக் கொண்டார். அவரது அணைப்பை இன்று என்னால் அனுபவிக்க முடியவில்லை. எங்கள் முன் விரிந்திருந்த இருளைப் பார்த்தேன். என் கைகள் எனது மடியில் இறுக மூடிக் கிடந்தன. ரமேஷ் தாதா என் வலது கரத்தை எடுத்துத் தனது தோள்மீது போட்டுக்கொண்டார். நான் அவரை ஒதுக்குகிறேனோ என்று சங்கடப்பட்டேன்.

மௌனம் நிலவியது. ஒன்றிரண்டு கார்கள் அதிநாகரிகமான மக்களை ஏற்றிக்கொண்டு குறைந்த ஒலியெழுப்பியபடி மலபார் ஹில்லின் அகன்ற தெருவை அவ்வப்போது கடந்து சென்றன. ரமேஷ் தாதா, "ஏன் எதுவும் பேசாமல் இருக்கிறாய்? என்ன பிரச்சினை?" என்று கேட்டார்.

நான், “ஒன்றுமில்லை. இன்று வந்த கடிதத்தில் கமலா எழுதியிருந்ததை நீங்கள் படித்திருப்பீர்களே” என்றேன். அவரை இன்னும் இறுக்கமாகப் பற்றிக்கொண்டேன்.

சிகரெட்டைப் பற்றவைத்தபடியே அவர், “உனக்கு வீட்டு ஞாபகம் வந்துவிட்டதா? குழந்தைப் பொண்ணே!” என்றார். வாய் நிறைய இருந்த புகையை ஊதியபடியே, “எதற்கு வீட்டு ஞாபகம் வருகிறதென்று உன்னால் சொல்ல முடியுமா? சொல்கிறேனென்று தப்பாக நினைக்காதே. ஆனால் நான் உண்மையைத்தான் சொல்கிறேன். வீட்டில் உனக்கு அம்மா இல்லை, தம்பி தங்கையும் இல்லை. உன் அப்பாவோ பதினாறு வயதான அவரது இரண்டாவது பெண்டாட்டியுடன் சந்தோஷ மாக இருக்கிறார் – அவருக்குத் தனது மகளை ஏறெடுத்துப் பார்க்கக்கூட நேரமில்லை. உன்னை அவரது படுக்கையறையில் இருந்து விரட்டிவிட்டார். உன் அம்மாவின் படத்தையும் கழற்றி வீசிவிட்டார். உனக்கு அப்படி என்னதான் சந்தோஷங்கள் அங்கே காத்திருக்கின்றன, சொல்?” என்றார்.

இதையே ரமேஷ் தாதா இன்று சொல்லியிருந்தால் என் பதில் வேறுமாதிரி இருந்திருக்கும். ஆனால் அந்த நேரத்தில் எனக்கு நானே “என்னை மன்னித்துவிடுங்கள், ரமேஷ் தாதா, உண்மை யிலேயே நான் ஒரு பாலைவனத்திலிருந்து தப்பி ஒரு ஜீவசுரபியிடம் வந்து சேர்ந்திருக்கிறேன். நீங்கள் எனக்காக என்னென்ன தியாகமெல்லாம் செய்திருக்கிறீர்கள் என்று பார்க்கவேண்டிய அவசியமேயில்லை. நீங்கள் என்னிடம் காட்டும் அன்பொன்றைப் பார்த்தாலே போதும் எனக்கு” என்று சொல்லிக்கொண்டேன்.

அன்று மாலை ஒரு டாக்ஸி பிடித்துச் சினிமா பார்க்கப் போனோம். எனக்குள் சந்தோஷம் திரும்பியது. “எதற்காக இப்படி ஏதேதோ யோசித்து மனச்சுமையைக் கூட்டிக்கொண்டே போகிறாய், எந்த மடையனாவது கிடைக்கும் அமிர்தத்தை வேண்டாம் என்று மறுப்பானா?” என்று என்னை நானே கேட்டுக்கொண்டேன்.

ஏற்கனவே நான் குறிப்பிட்டிருந்த கமலாவின் கடிதத்தில் அவள் என் அப்பாவைச் சந்தித்ததாகவும், என்னால் அவர் மனமுடைந்து போயிருப்பதாகவும் எழுதியிருந்தாள். அவர் போலீஸிடம் சொல்லவோ புகார் அளிக்கவோ போவதில்லை. சித்தி என்னை நினைத்து அழுதுகொண்டே இருக்கிறார். ஹரிமதிக்குத் தான் கணித்தது நடந்துவிட்டது என்பதில் ஒரே கொண்டாட்டம். ‘எனக்கு எல்லாம் முன்னாலேயே தெரியும்’ என்று அக்கம்பக்கத்தவர்களிடம் சொல்லிக்கொண்டு திரிகிறாளாம்.

நந்தா தாதா பள்ளிக்குச் செல்வதை நிறுத்திவிட்டார். 'மானு எங்கிருந்தாலும் நான் எப்படியாவது கண்டுபிடித்துவிடுவேன்' என்று சொல்லிக்கொண்டிருக்கிறார். கமலாவின் அம்மா அவள் முகுல் தாதாவைத் திருமணம் செய்துகொள்ளச் சம்மதித்துவிட்டார். ரமேஷ் தாதாவின் குடும்பம் பற்றி எந்தத் தகவலும் இல்லை.

இந்தக் கடிதம் என்னை ரொம்பவே வாட்டியது. என் சித்தி நல்லவர்தான். அவருக்கு என் மேல் அன்பு உண்டு. ஆனால் அதை வெளிப்படுத்தத் தெரியாமலேயே இருந்துவிட்டார். ஏதாவது சூழ்ச்சி செய்து தனது கணவரின் இதயத்தில் இடம்பெற வேண்டும் என்று நினைக்கிற கபடதாரியல்ல அவர். தன் கணவன் சொற்படி நடக்கும் ஒரு எளிய பெண் அவ்வளவுதான். நான் அவருக்காக வேதனைப்பட்டேன். நந்தா தாதாவுக்காகவும் வருந்தினேன். அவரது கவனக்குறைவால்தான் நான் தப்பிவிட்டேன் என்று அப்பா அவரைத் திட்டியிருப்பார். அதனால்தான் அவர் தனது படிப்பைக்கூட விட்டுவிட்டு என்னைக் கண்டுபிடிக்க உறுதிபூண்டிருக்கிறார். அவருக்காக வேணும் விட்டுக்கொடுத்து விடலாமா என்று அவ்வப்போது நான் நினைத்துக்கொண்டதுண்டு.

பம்பாயிலிருந்து நாக்பூர் வழியாக நாங்கள் மெட்ராஸ் போனோம். அங்கு கொஞ்ச காலம் இருந்துவிட்டுப் பிறகு விசாகப்பட்டினம் போய், அங்கிருந்து வால்டேருக்குச் சென்றோம். கடற்கரைப் பகுதி என்னை ஏதோவொரு வகையில் உற்சாகப்படுத்தியதால் நாங்கள் அங்கேயே இரண்டு மாதங்கள் தங்கியிருந்தோம். பிறகு பூரிக்குப் போய், அங்கிருந்து காசிக்குச் சென்றோம். அங்கு வங்காளிகள் அதிகம். வெளியே சென்றாலே எப்படியாவது அவர்களைச் சந்தித்துவிட நேர்ந்தது. எங்கே தெரிந்தவர்கள் கண்ணில்பட்டுச் சிக்கிக் கொள்வோமோ என்ற பயத்துடனேயே இருந்தேன்.

ஒரு நாள் நான் ரமேஷ் தாதாவிடம், "இங்கிருந்து போய் விடலாம். எங்கு பார்த்தாலும் வங்காளிகளாக இருக்கிறார்கள். உங்களையோ என்னையோ யாராவது கண்டுபிடித்துவிட்டால் அவ்வளவுதான், நாம் மாட்டிக்கொள்வோம்" என்றேன். அவரோ ஈஸிசேரின் நீட்டிய கட்டைகள் மீது கால்களைத் தூக்கிப்போட்டுக்கொண்டு, சுருட்டைப் புகைத்தபடியே, "பெண் பேச்சைக் கேட்டு நடப்பவன் இல்லை நான். காசியில் இருக்கும் பெரும்பாலான வங்காளிகள் உன் ரமேஷ் தாதாவின் பக்கம்தான் இருக்கிறார்கள் என்பது உனக்குத் தெரியுமா? இங்கு சிலர் பிறத்தியான் பெண்டாட்டியோடு வந்திருக்கிறார்கள்,

சிலர் விதவைப் பெண்களின் கருவைக் கலைக்க வந்திருக்கிறார்கள், சிலரோ தங்கள் ஆசைநாயகிகளுக்குப் புது இடம் காட்டிக் குஷிப்படுத்த வந்திருக்கிறார்கள் – வேறு சிலர் இருக்கிறார்கள், அவர்கள் தங்கள் சொந்தக்காரப் பெண்களையே பாவப்பட்டக் காரியத்தில் இறக்க வந்திருக்கிறார்கள். வங்காளிகளின் அசிங்கங்கள் அரங்கேறும் இடங்கள் மொத்தம் மூன்று – நவத்வீப், காசி, பிருந்தாவனம். யாரைப் பார்த்து நீ பயப்படுகிறாய்? யார் உன்னைத் தண்டிக்கப்போகிறார்கள்? இவர்கள் ஒருவரோடு ஒருவர் போட்டிப் போட்டுக்கொண்டிருக்கிறார்கள். ஒழுக்கங்கெட்டப் பெண்ணொருத்தி ஜனங்களால் விரட்டி யடிக்கப்பட்டுப் பாதுகாப்பு தேடி இயேசு கிறிஸ்துவிடம் வருகிறாள். அவர் கூட்டத்தைப் பார்த்து 'உங்களில் பாவம் செய்யாதவர் எவரோ அவர் இப்பெண் மீது முதல் கல்லை எறியுங்கள்' என்கிறார். யாருமே கல்லெறியவில்லை. இதை பைபிள் சொல்கிறது, நினைவிருக்கிறதா?" என்றார்.

அதற்கு நான், "இருக்கிறது. காசியையோ பிருந்தாவனத்தையோ நவத்வீப்பையோ நீங்கள் உங்கள் கண்ணோட்டத்தில் பார்க்கிறீர்கள் சரி, அங்கெல்லாம் இருக்கும் தெய்வ பக்தியைப் பார்த்தீர்களா? எது எப்படியோ, எனக்கு இங்கிருந்து போக வேண்டும். இங்கு அதிக காலம் தங்க வேண்டிய அவசியமில்லை" என்றேன்.

மதுரா செல்லும் வழியில் நாங்கள் அலகாபாத்துக்கும் ஆக்ராவுக்கும் சென்றோம். பிரயாகையில் கங்கை யமுனை சங்கமத்தில் குளித்தோம். ஆக்ராவில் ஐந்து நாட்கள் தங்கியிருந்து தாஜ்மகல், ஆக்ரா கோட்டை, சிக்கந்திராவில் இருந்த அக்பரின் சமாதி ஆகியவற்றைப் பார்த்தோம். ஐந்து மாதப் பயணத்துக்குப் பிறகு, ஆசாட (ஆடி) மாதத் தொடக்கத்தில் மதுரா வந்து சேர்ந்தோம். நீண்டகாலம் இங்கே தங்கலாமென நினைத்தோம். இந்தியாவில் இருந்த நகரங்களிலேயே மதுராவை ஏன் ரமேஷ் தாதா தேர்ந்தெடுத்தார் என்று அப்போது எனக்குப் புரியவில்லை.

யமுனைக்கு அருகில் இருந்த சுவாமி ஆற்றுத்துறை அருகில் நியாயமான வாடகைக்கு ஒரு வீட்டைப் பிடித்தோம்.

கண்டோன்மெண்டுக்கு அருகிலேயே ஐரோப்பிய பாணி ஹோட்டல் ஒன்று இருந்ததுதான். ஆனால் ரமேஷ் தாதா அங்கு தங்க விரும்பவில்லை. கையிருப்பு தீர்ந்துகொண்டே வந்ததால் இனியும் எங்களால் உல்லாசமாக வாழமுடியாது. "மதுராவில் இந்திய முறைப்படி வாழ்வதுதான் சரி." அவர் கோட்டும் கால்சட்டையும் டையும் தொப்பியும் அணிவதை விட்டுவிட்டார். என்னிடம் மேற்கத்திய உடைகள் இல்லை.

என்னிடமிருந்த கணுக்கால் உயர ஷூக்களுக்குப் பதிலாக நக்ராய் செருப்பு போட்டுக்கொண்டேன். சமையல் செய்ய ஒருவரையும், சாப்பாடு வாங்கவும் நீர் எடுக்கவும் பாத்திரங்கள் கழுவவும் வேலைக்காரப் பையன் ஒருவனையும் வைத்துக்கொண்டோம்.

ஒருநாள் ரமேஷ் தாதா அவரது மீசையை மழித்துவிட்டு வந்ததைப் பார்த்தேன். "இதென்ன கோலம் ரமேஷ் தாதா? பார்க்க நல்லாவே இல்லை" என்றேன்.

அதற்கு அவர் "கவலைப்படாதே, வளர்ந்துடும்" என்றார்.

இது இப்படியே வேடிக்கையாக முடிந்து போயிருக்கலாம். ஆனால் அப்படி நடக்கவில்லை. பிறகு அவர் ஒரு நாவிதனை வரவழைத்துக் குடுமிபோல் கொஞ்சம் முடியை மட்டும் விட்டுவிட்டுத் தலையை மொட்டையடித்துக்கொண்டார். ஏதோ திட்டத்தோடுதான் இதையெல்லாம் செய்கிறார் என்று சந்தேகப்பட்டேன். நெற்றியிலும் மூக்கின் மீதும் சந்தனம் பூசிக்கொண்டார். புதுவிதமாக வேஷ்டியைச் சுற்றிக்கொண்டு, மதராஸி பாணி செருப்பு அணிந்து திராவிடப் புரோகிதராக அவர் வேடம் பூண்டபோது எனக்குப் புரிந்துபோனது. ரமேஷ் தாதா தன் அடையாளத்தை மறைத்துக்கொள்ளப் பார்க்கிறார். நான் வெளிப்படையாக எதையும் சொல்லாதபோதும், இருவரும் இதைப் பார்த்துச் சிரித்துக்கொண்டோம்.

ரமேஷ் தாதா ரங்கூனில் இருந்தபோது தமிழ் பேசக் கற்றுக்கொண்டார். பிருந்தாவனத்தில் இருந்த ரங்காஜி கோவில் பூசாரியுடன் அவர் அந்த மொழியில் உரையாடியபோது நான் வியந்துபோனேன். ராம்ஸ்வரூப் ஐயர் என்று அவர் பெயருக்குக் கடிதங்கள் வந்தன. நாங்கள் சென்ற ஊர்களில் எல்லாம் நாங்கள் வேறுவேறு பெயர்கள் வைத்துக்கொண்டோம் என்றாலும் இம்முறை ரமேஷ் தாதா வழக்கத்தைவிட ரொம்பவே உஷாராக இருப்பதுபோல் தெரிந்தது. இதுபற்றி அவர் என்னிடம் எதுவும் சொல்லவில்லை.

கல்கத்தாவில் இருந்தபோது அவர் தனது நண்பர்களுடன் சேர்ந்து குடிப்பார் என்பது எனக்குத் தெரியாது. ஆனால் நாங்கள் ஐரோப்பிய ஹோட்டல்களில் தங்கியிருந்த சமயங்களில் அவர் வெளிப்படையாக மட்டுமல்ல, அளவுக்கு மீறியும் குடித்தார். ஒருமுறை என்னையும் கூடசேர்ந்து குடிக்கச் சொன்னார். நானோ "என் இப்போதைய உடல்நிலைக்கு நிச்சயம் ஒத்துக்கொள்ளாது" என்று மறுத்துவிட்டேன்.

ரமேஷ் தாதாவோ "அதற்கு இன்னும் ஆறு மாதங்கள் இருக்கிறதே, இப்போது ஜாலியாக இருந்தால் என்ன? எப்படிப்

பார்த்தாலும் பிரசவத்துக்குப் பிறகு உனக்குக் கொடுக்கப்போகும் வினம் கலிசியா உண்மையில் என்ன? சுத்தமான X No 1"என்றார். ரமேஷ் தாதா தினமும் ஒன்றிரண்டு முறை குடித்ததால் அந்த வாடை எனக்குப் பழக்கமாகிப்போனது. சில சமயங்களில் அவருக்கு நானே பாட்டிலில் இருந்து ஊற்றிக் கொடுக்க வேண்டியிருந்தது.

ஐரோப்பாவில் பெரும்போர் நடந்துகொண்டிருந்தது, எனவே மதுரா கண்டோன்மெண்ட் முழுக்க பிரிட்டிஷ் வீரர்கள் நிறைந்திருந்தனர். அவர்களுக்கு உணவும் குடியும் வழங்க ஏற்பாடாகியிருந்தது. ரமேஷ் தாதா "நான் கண்டோன்மெண்ட் வரை போய்வருகிறேன் மானு, தரமான மது ஒரு பாட்டில் கிடைக்குமா என்று பார்க்கிறேன். இந்த ஊரில் அதெல்லாம் கிடைக்காது, இவர்களுக்குத் தெரிந்ததெல்லாம் பாங்கும் ஷித்தியும்தான்" என்றார். என்னை வீட்டில் தனியே விட்டுவிட்டு ரமேஷ் தாதா வெளியே போனார்.

வேலைக்காரன் என்னிடம் ஒரு கடிதத்தைக் கொண்டு வந்து கொடுத்தான் – கமலாவிடமிருந்து வந்திருந்தது. அதைப் படித்ததும் எனக்குத் தூக்கிவாரிப் போட்டது. ரமேஷ் தாதா அவரது முதலாளியிடம் மூன்றாயிரம் ரூபாய் மோசடி செய்திருக்கிறார்; நான்கு மாத விடுப்பு என்று சொன்னதும் பொய்தான். கம்பெனி அவர்மீது போலீஸில் புகார் அளித்திருக் கிறது. அவரைக் கைது செய்ய வாரண்ட்டும் பிறப்பிக்கப் பட்டிருக்கிறதாம். என்னைக் கடத்திச் சென்றுவிட்டதாக இன்னொரு புகாரும் கொடுக்கப்பட்டுள்ளது – கொடுத்தது என் அப்பா அல்ல. என் மாமா – நந்தா தாதாவின் அப்பா. என் வீடு, முகுல் தாதாவின் வீடு, கமலாவின் வீடு, ரமேஷ் தாதா தங்கியிருந்த விடுதி, அவர் குடும்பம் இருந்த வீடு என்று எல்லா இடங்களிலும் ஏற்கனவே போலீஸார் விசாரித்துவிட்டனர். பம்பாயிலும் காசியிலும் ரமேஷ் தாதா தங்கியிருந்த விலாசங்களைப் போலீஸார் கமலாவிடமிருந்தும் முகுல் தாதாவிடமிருந்தும் பெற்றிருக்கின்றனர். துப்பறியும் போலீஸாரும் முடுக்கிவிடப்பட்டுள்ளனர்.

நான் பயத்தில் நடுங்க ஆரம்பித்தேன். உடனே எனக்கு ரமேஷ் தாதாமீது வெறித்தனமான கோபமும் வெறுப்பும் ஏற்பட்டன. அவர் சொன்னதையெல்லாம் நம்பிய பாவத்திற்கு என்னை நன்றாக ஏமாற்றிவிட்டார். நான் அவரை உயிருக்கு உயிராக நேசித்ததற்கு அவர் கொடுத்த பரிசு இதுதான். மனம் கசந்துபோய் மௌனத்தில் விழுந்தேன்.

ரமேஷ் தாதா மாலையில் திரும்பி வந்தார் – நல்ல குடிபோதையில் இருந்ததை அவர் கண்கள் காட்டிக்கொடுத்தன. நான் கடுகடுப்பாக, “நான்கு மாத லீவ் என்று சொன்னீர்களே ரமேஷ் தாதா, இதோ மேலும் ஒரு மாதம்கூட ஓடிவிட்டது. ஆனால் நீங்கள் இன்னும். . .” என்று நான் சொல்லி முடிக்கும் முன்னரே ரமேஷ் தாதா வாய் குழற “இப்போ இதற்கு நான் உனக்கு விளக்கம் தரணுமா? நீ என்ன என் முதலாளியா?” என்றார்.

“நானொன்றும் விளக்கம் கேட்கவில்லை. காரணத்தை யாவது சொல்லுங்களேன்” என்றேன்.

“நான் இன்னும் மூன்று மாதங்கள் விடுப்பு எடுத்திருக்கி றேன். இப்போதாவது உன் சந்தேகம் தீர்ந்ததா” என்றார்.

“சந்தேகப்பட்டுக் கேட்கவில்லை ரமேஷ் தாதா. பணம் தீர்ந்துபோய்விட்டது என்று உங்களுக்கே தெரியும். இன்னும் ஒருவாரம்கூட நம்மால் தாக்குப்பிடிக்க முடியாது. நீங்கள் கல்கத்தாவுக்குத் திரும்பிப் போகாவிட்டால் போகிறது. . . இந்த விடுப்புக் காலத்துக்கான சம்பளத்தையாவது கேட்டு வாங்கலாமல்லவா? எப்படியும் எண்ணூறு ரூபாய் வருமே” என்றேன்.

ரமேஷோ “அதைப் பற்றி நீ கவலைப்பட வேண்டி யதில்லை. என் சிகரெட்டையும் தீப்பெட்டியையும் கொடு” என்றார்.

அவர் கேட்டதைக் கொடுத்துவிட்டு நான் “ரமேஷ் தாதா, என் நிலையைப் பார்த்தீர்கள்தானே. நல்ல மருத்துவர்களோ தரமான மகப்பேறு மருத்துவமனைகளோ இல்லாத இந்நகரத்தில் வசிக்க எனக்குப் பயமாக இருக்கிறது. அந்த வசதிக்கெல்லாம் பணமும் தேவைப்படுமே” என்றேன்.

ரமேஷ் தாதா தள்ளாடிக்கொண்டே படுக்கைக்குப் போனார். புகைப்பிடித்துக்கொண்டே, “பணம் ஒரு பிரச்சினையே இல்லை மானு. என்னிடம் இரண்டாயிரத்து ஐந்நூறு ரூபாய் இருந்ததைத்தான் நீ பார்த்தாயே” என்றார். இரும ஆரம்பித்தார். வாந்தி எடுத்துவிடுவார் போலிருந்தது. அவர் முன்னே ஒரு பாத்திரத்தை ஏந்தியபடி “இரண்டாயிரத்து ஐந்நூறு இல்லை, மூன்றாயிரம்” என்றேன். அவர் முகம் மாறியது. குமட்டுவதை நிறுத்தினார்.

“உங்களுக்கு மூவாயிரம் எப்படிக் கிடைத்ததென்று எனக்குத் தெரியும் ரமேஷ் தாதா. அப்படி வந்த பணத்திலிருந்து எனக்கு நயா பைசாகூட வேண்டாம். முடிந்தால் நல்ல வழியில் சம்பாதித்து என்னை வைத்துக் காப்பாற்றுங்கள் – திருட்டு,

மோசடி என்று ஆகாத பாதையில் போகாதீர்கள். என்னையும் வழிதவறிப் போகச் செய்யாதீர்கள்” என்றேன்.

ரமேஷ் தாதா குடிபோதையிலேயே பேசினார். “உனக்காகத்தான் எல்லாவற்றையும், எல்லோரையும் விட்டுவிட்டு வந்தேன் மானு, ஆனால் இப்போ நீயே என்னைத் திருடன்னு சொல்லிட்டேதானே? யாருக்காக நான் திருடினேன், யாருக்காக என் அம்மாவையும் பெண்டாட்டியையும் விட்டு வந்தேன்? யாருக்காக ஜெயிலுக்குப் போவதற்கும் துணிந்தேன்? அடடா, என் அன்பைப் புரிந்துகொள்ளவும் மதிக்கவும் இந்த உலகத்தில் ஒரு ஜீவன்கூட இல்லையே. ஒன்று சொல்கிறேன் கேட்டுக்கொள், திருடனாகாமல் ஒருவன் காதலன் ஆக முடியாது; மதுராவே இதற்குச் சரியானதொரு உதாரணம். இருக்கட்டும், நீ உன் நேர்மையைக் கட்டிக்கொண்டு இங்கேயே கிட. நான் கிளம்புகிறேன்.”

கால்கள் தள்ளாட ரமேஷ் தாதா எழுந்து அவரது ஆடைகளையும் ஷூவையும் போட்டுக்கொண்டார். என்ன நடக்கிறது? நிஜமாகவே போகப் போகிறாரா? நான் ஓடிப்போய் அவர் கால்களில் விழுந்தேன். “என்னை விட்டுப் போகாதீங்க ரமேஷ் தாதா. தப்பாச் சொல்லிட்டேன், என்னை மன்னிச்சிடுங்க. என்னை இப்படி அம்போவென்று விட்டுப் போகாதீங்க” என்றேன்.

என்னை உதைத்துத் தள்ளிவிட்டு ரமேஷ் தாதா ஆத்திரமாகக் கத்தினார். “வாயை மூடுடி பிசாசே... இதற்குமேல் உன்னிடமிருந்து ஒரு வார்த்தை வரக்கூடாது. உன் ஒழுக்கத்தை வைத்துக்கொண்டு இங்கேயே கிட.” போதையில் தடுமாறி விழப்போனார். நான் சட்டென அவரைப் பிடித்து நிறுத்தி படுக்கையில் கிடத்தி விசிறிவிட்டேன்.

சிறிது நேரம் கழித்து அவர் வாந்தி எடுக்க ஆரம்பித்தார். படுக்கையிலும் தரையிலும் பட்டு அசிங்கமானது. அறை முழுவதும் ஒரே நாற்றம். சமையல்காரனும் வேலைக்காரனும் அவர் பக்கத்தில் போகவே மறுத்துவிட்டார்கள். நானே வாளி வாளியாக நீர் கொண்டு வந்து அவரையும் இடத்தையும் சுத்தம் செய்தேன். அன்றிரவு யாருமே சாப்பிடவில்லை. அதிகாலையில் ரமேஷ் தாதாவுக்கு வியர்த்துக் கொட்டி அவர் உடல் சில்லிட்டுப் போனது. நான் ரொம்பவே பயந்துபோனேன். பயத்திலும் பதட்டத்திலும் அன்று இரவு முழுவதும் என்னால் தூங்கவே முடியவில்லை.

காலை ஒன்பது மணிக்கு ரமேஷ் தாதாவுக்கு நினைவு திரும்பியது. அவரைக் குளிப்பாட்டி, சூடான கோக்கோ பால் தயாரித்துக் கொடுத்தேன். கமலாவின் கடிதத்தைக்

கவனமாகப் படித்தார். விஷயம் கைமீறிப் போய்விட்டதைத் தெரிந்துகொண்டார்.

தெளிந்த எங்கள் காதல் வானத்தில் கருமேகங்கள் சூழ்ந்து விட்டன. நம்பிக்கைக்குப் பதில் சந்தேகம் குடிபுகுந்துவிட்டது. ரமேஷ் தாதாவை நான் புதுக் கோணத்தில் பார்க்கத் தொடங்கினேன். அவரது மற்ற முகங்கள் எனக்குத் தெளிவாகத் தெரிந்தன – காமாந்தகன், மோசடிக்காரன், துரோகி, பொய்யன், குடிகாரன்.

5

பாவத்தின் பாதையில் நான்

இதன் பிறகு சின்னச் சின்ன விஷயங்களுக் கெல்லாம் எனக்கும் ரமேஷ் தாதாவுக்கும் இடையே தகராறு வந்தது. எங்களிடமிருந்த பணமெல்லாம் செலவாகிவிட்டது. நான் கடிதம் போட்டுக் கேட்டதால் முகுல் தாதா ஐம்பது ரூபாய் – அதையே எப்படியோ புரட்டி அனுப்பியிருந்தார். சொற்ப சம்பளம் வாங்கும் ஆசிரியர்தானே அவர். ஐம்பது ரூபாயில் இருபத்தெட்டு ரூபாயை ரமேஷ் தாதா குடிப்பதற்காகப் பிடுங்கிக்கொண்டார். கெட்ட நேரமென்றால் இதுதான். சம்பளம் தராததால் சமையல்காரன் வேலையை விட்டுப் போய்விட்டான். தினமும் இரண்டு வேளை நானே சமைத்தேன். எனக்குச் சமைக்கத் தெரியாது. கற்றுக்கொள்ளவே இல்லை. ஏற்கனவே சுகவீனமாக இருந்த என்னை அனலும் புகையும் சேர்ந்து கொன்றன.

ரமேஷ் தாதாவை மதுராவில் ஒரு வேலை தேடிக்கொள்ளச் சொன்னேன். அவர் அதைக் காதில் போட்டுக்கொள்ளவே இல்லை. அவரிடமிருந்த விலையுயர்ந்த குளிர்கால ஆடையைச் சொற்ப பணத்துக்கு விற்றுவிட்டார். சீக்கிரத்திலேயே என் நகைகளையும் விற்றுவிட்டார். என் பிறந்தநாள் பரிசாகச் சித்தி கொடுத்த நெக்லஸை மட்டும் ஒளித்து வைத்துவிட்டேன். இதைச் செய்ததால் அவரிடமிருந்து எனக்குத் திட்டும் அடியும் கிடைத்தன. இப்போதெல்லாம் எதையாவது சாக்காக வைத்துக்கொண்டு தினம்தினம் எனக்கு அவரிடமிருந்து அடியும் உதையும் விழுந்தன.

பரத்தைத் தொழிலில் ஒரு படித்த பெண்

எல்லாவற்றையும் பொறுத்துக்கொண்டு அழத்தான் முடிந்தது என்னால்.

"கமலாவுக்கு எழுதிப்போட்டுக் கொஞ்சம் பணம் வாங்கு" என்றார் ரமேஷ் தாதா. "அவளுக்கே அங்கு போதவில்லை, எப்படி நமக்குத் தரமுடியும்?" என்று கேட்டேன். அவருக்கு என் மேல் ஆத்திரமாக வந்தது. வேறுவழியில்லாமல் கமலாவுக்கு எழுதிப் போட்டேன். அவள் இருபது ரூபாய் அனுப்பி வைத்தாள். கண்மூடித் திறப்பதற்குள் அது செலவாகிப்போனது.

கொஞ்சம் நகைகளும் விலையுயர்ந்த ஆடைகளும் என்னிடம் இருந்தன. ரமேஷ் தாதா ஏதேதோ தந்திரம் செய்து என்னிடமிருந்து அவற்றை வாங்கிச் சென்றுவிட்டார், விற்பதற்கு. தங்க நெக்லஸை மட்டும் இன்னும் தராமல் வைத்திருந்தேன். ஒருநாள் அவர் என்னிடம், "பிருந்தாவனில் இருக்கும் பிரேம் காலேஜில் எனக்குப் பேராசிரியர் வேலை கிடைத்திருக்கிறது. ராஜா மகேந்திர பிரதாப்பைச் சந்தித்தேன். பிரிட்டிஷ் அரசைக் கடுமையாக எதிர்ப்பவர் அவர். உனக்கே தெரியும், நானும் அப்படித்தான். இதைக் கேட்டு ராஜாவுக்கு ரொம்பவே சந்தோஷம். மாதம் நூறு ரூபாய் சம்பளம் தருவார்" என்றார். இதைக்கேட்டு எனக்கு ஒரே ஆனந்தம்.

ரமேஷ் தாதா கவலையுடன் "புதிது உடுத்திப் போக வேண்டும், ஆனால் என்னிடம் பணமில்லை" என்றார்.

நான், "என் தங்க நெக்லஸை அடகு வைத்துப் பணம் வாங்கிக்கொள்ளுங்கள், உங்கள் முதல் மாதச் சம்பளம் வந்ததும் நகையை மீட்டுக்கொள்ளலாம்" என்றேன்.

ரமேஷ் தாதா முகத்தைத் திருப்பிக்கொண்டு, "வேண்டாம், அதைத் தொடவே மாட்டேன், அது உன் சித்தி உனக்கு ஆசையாகக் கொடுத்ததாயிற்றே" என்றார் தீவிர பாவத்துடன். அன்று நான் சொன்னதற்கான எரிச்சலும் நக்கலும் கலந்த பதில் இது என்று எனக்குப் புரிந்தது. நகைப்பெட்டியைத் திறந்து, நெக்லஸை அவர் மடியில் விட்டெறிந்தேன். அதை அடகு வைத்துக் கிடைத்த நூற்றைம்பது ரூபாயையும் ரமேஷ் தாதா தானே செலவு செய்து தீர்த்தார். புதிதாகக் கிடைத்த புரபஸர் வேலைக்குப் போட்டுச் செல்ல சூட் தைத்ததாகவே தெரியவில்லை.

வேலை கிடைத்ததாக அவர் சொன்னதெல்லாம் பொய். அது என்னிடமிருந்த ஒரே நகையையும் பிடுங்கிப்போய் விற்றுக் குடிப்பதற்காக அவர் ஆடிய நாடகமாக இருக்குமென்று எனக்குச் சந்தேகம் வந்தது. ஒருநாள் அவரிடம் "கல்லூரி வேலைக்கு எப்போது போகப் போகிறீர்கள்?" என்று கேட்டேன்.

"ராஜா மகேந்திர பிரதாப் திடீரெனப் பிருந்தாவனை விட்டுப் போகும்படி ஆகிவிட்டது. அவரைக் கைதுசெய்ய அரசாங்கம் பிடிவாரண்ட் பிறப்பித்திருக்கிறது. அதனால் பிரச்சினை ஆகிவிட்டது" என்று தந்திரமாகப் பதில் சொன்னார். அவர் சொன்னதில் எனக்குச் சந்தேகம் வராதபடி, *தி ஹிந்து* நாளிதழில் வந்திருந்த ராஜா மகேந்திர பிரதாப் பற்றிய ஒரு செய்தியைக் கிடுகிடுவெனப் படித்துக் காட்டினார்.

மதுராவிலும் பிருந்தாவனிலும் ஜூலன் மகோத்சவம்[1] தொடங்கியது. "துவாரகதீஷ் கோயிலுக்குப் போய்வரலாமா?" என்று நான் ரமேஷ் தாதாவிடம் கேட்டதற்கு, அவர் "என்னால் வர முடியாது, உடம்பு முடியவில்லை. லட்சுமணனைக் கூட்டிப்போ" என்று சொல்லிவிட்டார். லட்சுமணன் எங்கள் வீட்டு வேலைக்காரன். ரமேஷ் தாதாவை வீட்டிலேயே விட்டுவிட்டு நான் புறப்பட்டேன்.

மதுராவின் கோவில்களெல்லாம் விழாக்கோலம் பூண்டிருந்தன. முக்கியமாகத் துவாரகதீஷ் கோவில். தங்கத்தாலும் வெள்ளியாலும் அலங்கரித்த பிரம்மாண்ட சிம்மாசனத்தில் தெய்வ விக்கிரகத்தை வைத்திருந்தனர். முழு கோவிலும் விளக்குகளாலும், மலர்களாலும், தீப்பந்தங்களாலும் கண்கவரும்படி அலங்கரிக்கப்பட்டிருந்தது. பாடகர்கள் பக்திப் பாடல்களை இனிமையாகப் பாடிக்கொண்டிருந்தனர். பாதகமும் அவநம்பிக்கையும் மிகுந்திருந்த நேரத்திலும் இந்தக் காட்சிகளும் ஒலிகளும் என் மனதுக்கு ரொம்பவே அமைதியைத் தந்தன.

பிஸ்ராம்காட்டில் நடந்த சடங்குகளையும், இன்னும் இரண்டு மூன்று கோவில்களின் ஜூலன் கொண்டாட்டங்களையும் பார்த்துவிட்டு இரவு சுமார் ஒன்பது மணிக்கு நாங்கள் வீடு திரும்பினோம். வீட்டில் விளக்கு எரிந்துகொண்டிருந்தது ஆனால் ரமேஷ் தாதாவைக் காணோம். படுக்கைமீது ஒரு கடிதம் கிடந்தது. அது சொல்ல வந்தது இதுதான்:

> "என்னால் இனி உன்னுடன் வாழ முடியாது, மானு. மோசடிக்காரன், காமாந்தகன், குடிகாரன் என்றெல்லாம் என்னை நீ கேவலப்படுத்த ஆரம்பித்துவிட்டாய். வெறுப்பும் சந்தேகமும் இருக்கும் இடத்தில் இனிக் காதலுக்கு இடமில்லை. மூவாயிரம் ரூபாயைத் திரும்பவும் கொண்டுபோய் பணப்பெட்டியில் வைத்துவிட்டால் என் மீதிருக்கும் களங்கம் போய்விடும் – இன்னும்

1. ஜூலன் மகோத்சவம்: கிருஷ்ணனுக்கும் ராதைக்கும் மார்கழி மாதத்தில் மதுராவிலும் பிருந்தாவனத்திலும் நடத்தப்படும் ஊஞ்சல் திருவிழா.

பல பெண்களை நான் இழுத்துக்கொண்டு ஓடினாலும் தலைநிமிர்ந்து இந்தச் சமுதாயத்தில் என்னால் வாழமுடியும். குடிகாரன் என்றாயே, அது பணக்காரனின் அடையாளம். உனக்கென்ன வேண்டுமென்று உனக்குத் தெரியவில்லை. உனக்கு இனி வாழ்க்கையே இல்லை. புதிதாக உனக்குள் பீறிட்டுவரும் இந்த ஒழுக்கம் எல்லாம் உன்னை எப்படிக் காப்பாற்றுகிறதென்று பார்க்கிறேன். நான் போகிறேன் – என்னைத் தேடி வராதே. போலீஸ் என்னை விரட்டி வருகிறது. இந்த வீட்டை விட்டு உடனே கிளம்பிவிடு."

என் மேலிருந்த மலையளவு சுமை சட்டென்று இறங்கியதைப் போல் இருந்தது. நான் மூழ்கிப்போக இருந்தேன். ஆனால் இப்போது நீரின் மேலே தலையை நீட்டி என்னால் மூச்சுவிட முடிகிறது. இப்படித்தான் ரமேஷ் தாதாவின் நடத்தை சகிக்க முடியாததாக மாறியிருந்தது. நான் சுதந்திரமாக வாழ விரும்பினேன். கடவுளாகப் பார்த்து எனக்குக் கதவைத் திறந்துவிட்டதைப்போல் இருந்தது.

அன்று மாலை நான் சாப்பிடவில்லை. பின்னிரவில் கவலைகள் என்னைத் தாக்கின. எங்கே போவேன், என்ன செய்வேன் – நான் மனம் சோர்ந்துபோகக் கூடாது. இரவு முழுக்கத் தூக்கமேயில்லை. காலையில் எழுந்து சுற்றும்முற்றும் பார்த்தபோது ரமேஷ் தாதாவுக்காக லேசாக மனம் வருந்தினேன். தேநீர் தயாரிப்பதற்குப் பதிலாக லட்சுமணனைக் கூப்பிட்டு "நான் பிருந்தாவன் போகவேண்டும், போய் ஒரு வண்டி பிடித்துவா" என்றேன்.

இரண்டு செட் தங்க வளையல்களும், ஒரு ஜோடி காதணிகளும் மட்டும்தான் இப்போது என்னிடம் எஞ்சி யிருந்தன. அவற்றை விற்று வேலைக்காரனுக்கு மூன்று மாதச் சம்பள பாக்கியைக் கொடுத்தபிறகு கொஞ்சம் பணம் மீதியிருந்தது. கமலாவிடமிருந்து ஒரு கடிதம் வந்தது. அதில் அவள், "ரமேஷ் பாபுவுடன் நீ ஓடிப்போனதுதான் தவறு. இதுபோன்ற காதல் விவகாரங்களில் ஆசை எவ்வளவு சீக்கிரம் வருகிறதோ அவ்வளவு சீக்கிரம் பிரிவும் வந்துவிடும். உன் கல்யாணத்துக்கு எந்தத் தடையும் இருந்திருக்காது. உன் அப்பா அதை எதிர்த்திருக்கவும் மாட்டார். திரும்பி வந்து உன் தவறைத் திருத்திக்கொள்வதற்கு நேரம் இன்னும் இருக்கிறது" என்று எழுதியிருந்தாள்.

நான் கமலாவின் அறிவுரையைப் பொருட்படுத்தவுமில்லை, அவளுக்குப் பதில் கடிதம் எழுதவுமில்லை. பிருந்தாவனுக்குச்

சென்றதும் சேவா குஞ்ச் அருகே ஒரு சிறிய வீட்டிற்கு வாடகைக்குப் போனேன். அருகில் பல வங்காளிகள் வசித்தனர். அவர்களில் பெரும்பாலோர் வயதான விதவைகள். "நாங்கள் மதுராவில் வசித்தபோது என் கணவரும் மாமியாரும் காலரா வந்து இறந்துவிட்டார்கள். என் குடும்பத்தாருக்குக் கடிதம் போட்டிருக்கிறேன்" என்று அவர்களிடம் சொன்னேன். எல்லோரும் என்னைப் பார்த்துப் பரிதாபப்பட்டார்கள்.

ஒரு மாதம் கழித்து இங்கிருந்து பன்சிகாட் பக்கத்திலிருந்த ஒரு வீட்டுக்குக் குடிபோனேன். என்னிடம் சல்லிக்காசு இல்லை. பத்து நாட்களாகக் காய்ச்சலிலும் விழுந்துவிட்டேன். பிச்சை எடுத்திருந்தால் சாப்பிடவாவது ஏதாவது கிடைத்திருக்கும், ஆனால் நகரக்கூட என் உடலில் சக்தியில்லை.

இரண்டு நாட்களாகச் சாப்பாடு இல்லை. எனக்குப் பிச்சை எடுக்கவும் தெரியாது. பன்சிகாட் அருகில் ஒரு தெருவில் விழுந்து கிடந்தேன், சாவு ஒன்றுதான் இப்போது எனக்கு ஒரே விடுதலை என்று எனக்கு நானே சொல்லிக்கொண்டேன். அந்த வழியே போன வங்காளி ஒருவர் நானிருந்த அவலநிலையைக் கண்டு மனமிரங்கி, தான் சீடராக இருந்த ஒரு மகந்தின் ஆசிரமத்துக்கு என்னைக் கூட்டிச் சென்றார். தெய்வச் சிலைகளும், மகந்தின் சீடர்களும், அவருக்குச் சேவை செய்யும் பக்தர்களும் நிறைந்த ஒரு பெரிய ஸ்தாபனமாக அது காட்சி தந்தது. மகந்த் ஒரு வங்காளி. அறுபத்தைந்து வயது மதிக்கத்தக்க அவர் சடைமுடியும், நெஞ்சு வரை நீண்டு வளர்ந்த தாடியும், சந்தனம் திருநீறு பூசிய உடலுமாகக் காட்சியளித்தார். அவர் என்னைப் பார்த்ததும் அவரது சீடரை நோக்கி, "இவளை ஏன் இங்கு கூட்டி வந்தாய்? இவள் கர்ப்பமாக இருக்கிறாள். எவனோவொரு கயவன் மேல் ஆசைப்பட்டு ஓடிப்போன இவளை இப்போது அவன் கைவிட்டு ஓடிப்போயிருப்பான். இவளுக்கு இன்னும் நிறைய துன்பங்கள் காத்திருக்கின்றன. போகட்டும், இவளுக்குக் கொஞ்சம் பிரசாதம் கொடு" என்றார்.

நான் ஓரளவு குணமடைந்ததும் அவர் என்னிடம் "இந்த ஆசிரமத்தில் பெண்களைத் தங்க வைக்க அனுமதி இல்லையம்மா. அதிலும் உன்னை, பிள்ளைதாச்சியான உன்னை, வைத்துக்கொள்வதில் நிறைய ஆபத்து இருக்கிறது. இப்போது நீ என்ன செய்யப்போகிறாய்?" என்று கேட்டார். நான் அழுதுகொண்டே அவர் கால்களைப் பிடித்துக் கொண்டு, "நானொரு பாவி பாபா, என்னைக் காப்பாற்றுங்கள். என் மனமும் இதயமும் உங்களுக்கு நன்றாகவே தெரியும்" என்று கெஞ்சினேன்.

"ஆமாம், எனக்குத் தெரியும்தான். உன்னைப் பற்றி உனக்குத் தெரியாத விஷயம்கூட எனக்குத் தெரியும். நீ மனம் திருந்தி யிருப்பது கொஞ்ச காலத்திற்குதான். இது வெறும் பாசாங்கு. உன் இதயத்தில் சதைவெறி வேரூன்றியிருக்கிறது. அதிலிருந்து உன்னால் தப்பவே முடியாது. துன்பமோ வறுமையோ உடல்நலக்குறைவோ அந்தப் பாவமரத்தின் வளர்ச்சியைத் தற்காலிகமாக நிறுத்திவைக்கலாம். ஆனால் சூழ்நிலை மீண்டும் சாதகமாக மாறும்போது அது புது விதைகளைத் தூவிவிடும். கடவுள் கருணை காட்டினாலே ஒழிய இந்தச் சோதனையை உன்னால் வெல்ல முடியாது. அதற்குக் கடும் மனக் கட்டுப்பாடு தேவை" என்றார்.

துக்கம் தொண்டையை அடைக்க நான் "என்னை மன்னியுங்கள், எனக்கு அடைக்கலம் கொடுங்கள்" என்றேன். மகந்த் அன்புடன், "அம்மா, அன்பென்ற வடிவில் உனக்கு உணவும் உடையும் நிறையவே கிடைக்கும். அதுபோன்ற கருணைக்கு இந்த உலகில் பஞ்சமேயில்லை. நீ இப்போது தாக்கப்பட்டிருக்கிறாய். வறுமையால் அல்ல, கட்டுப்படுத்த முடியாத உன் ஆசைகளால். இந்தத் தாக்குதலில் இருந்து உன்னைத் தற்காத்துக்கொள்ள நீ இப்போது அடைக்கலம் கேட்கவில்லை. உண்ண உணவும், உடுக்கத் துணியும், இருக்க இடமும்தான் நீ கேட்கும் அடைக்கலம். சொல், உன் வீட்டுக்குத் திரும்பிப்போக விரும்புகிறாயா?" என்று கேட்டார்.

நான் சரியென்றதும், என் அப்பாவின் பெயரையும் விலாசத்தையும் குறித்துவைத்துக்கொண்டார். அவருடைய சீடர்களில் ஒருவரை அழைத்து "கல்கத்தாவில் இருக்கும் இந்த முகவரிக்கு ஒரு கடிதம் போடு. ராம்கிஷனும் அவன் மனைவியும் தம் இரு குழந்தைகளோடு ஆசிரமத்துக்குப் பக்கத்தில் இருக்கும் தோட்டத்தில் வசிக்கின்றனர். இந்தப் பெண் அவர்களோடு இருந்துகொள்ள ஏற்பாடு செய்" என்றார். சீடர் போனதும் அவர் என்னிடம், "உன் அப்பா உன்னைத் திரும்ப ஏற்றுக்கொள்வாரா என்பது சந்தேகமே. எல்லாவற்றுக்கும் மேலாக, அவர் சமுதாயத்தின் கட்டளைகளைப் பின்பற்ற வேண்டியிருக்கிறது. ஆசைக்கும் பாவத்துக்கும் அடிபணிந்துபோவது மனரீதியான நோய்; இதற்குக் கழுவாய் தேடாதவரை ஆன்மாவால் இறைவனிடம் திரும்ப முடியாது" என்றார்.

ஆசிரமத்துக்குப் பக்கத்திலிருந்த தோட்டத்தில் வசித்த ராம்கிஷனின் குடும்பத்தோடுதான் நான் இப்போது வாழ்ந்து வந்தேன். ராம்கிஷன்தான் அந்த இடத்தைக் கவனித்துக் கொண்டார். மாட்டுத் தொழுவத்தைக் கழுவிவிடுவது, மூன்று

பசுக்களுக்கும் கன்றுகளுக்கும் தீனி போடுவது, கிணற்றில் இருந்து நீர் இறைத்துப் பானைகளை நிரப்பிச் சுமந்து வருவது, மடப்பள்ளியில் விழும் பாத்திரங்களைக் கழுவுவது, சாதுக்கள் உண்டு முடித்ததும் அந்த இடத்தைச் சுத்தம் செய்வது, என் உணவுக்காகக் கோதுமை அரைப்பது ஆகியவை அங்கு என் அன்றாட வேலைகளாக இருந்தன. இந்த வேலைகளையெல்லாம் நான் சந்தோஷமாகவே செய்தேன். ஆனால் நான் கடினமாக உழைக்கவேண்டியிருந்தது. மகந்த் சொல்லியதால் என் முடி ஒட்ட வெட்டப்பட்டது. காலைநேர பூஜையின்போது மட்டும் நான் கோவிலுக்குள் செல்ல அனுமதியுண்டு. மகந்த் தோட்டத்தில் நடைபோகும்போது தேவையென்றால் மட்டும் என்னுடன் பேசுவார்.

ஒரு மாதம் கழித்து அப்பாவிடமிருந்து ஒரு கடிதம் வந்தது. தன் மகள் செத்துப்போய்விட்டதாக அவர் நினைத்து விட்டதால் இனி என்னை ஏற்றுக்கொள்ள முடியாதென்று அதில் மகந்திற்குப் பதில் எழுதியிருந்தார். எதிர்த்து வாதிட முடியாத அளவுக்கு நான் உடலும் மனதும் சோர்ந்து போயிருந்தேன். இதே இன்றாக இருந்தால் என்னால் அப்பாவை எதிர்த்துப் பேச முடியும். இந்த நினைவுக்குறிப்பை எழுதத் தொடங்கு வதற்குக் கொஞ்ச காலம் முன்னர் ஜுலன் திருவிழாவைக் காண பிருந்தாவன் போயிருந்தேன். அப்போது மகந்தை மீண்டுமொருமுறை சந்தித்தேன். ஏன் சந்தித்தேன் என்று நேரம் வரும்போது சொல்கிறேன். அப்போது அவரிடம் “நானொரு படுபாவி பாபாஜி. இந்தச் சமுதாயத்தில் எனக்கு இடமில்லை, அப்பாவும் என்னைக் கைவிட்டு விட்டார். ஆனால் என்னைப் போன்ற பெண்களின் காலடியில் தங்களின் மானம், மரியாதை, சொத்து, உடல், பொருள், ஆவி என்று சகலத்தையும் வைத்து விட்ட ஆண்களை இதே சமுதாயம் உயர்ந்த இடங்களில் வைத்து அழகு பார்க்கிறது. அவர்கள் கவிஞர்களாகவும் எழுத்தாளர்களாகவும் போற்றப்படுகிறார்கள். அரசியல்வாதி களாகவும் தேசபக்தர்களாகவும் புகழப்படுகிறார்கள். பணக்காரர் களாகவும் உன்னதமானவர்களாகவும் மதிக்கப்படுகிறார்கள். மக்களுக்கு வழிகாட்டும் குருமார்களாக மாறியிருக்கும் சாதுக்களும் பூசாரிகளும் கூட இதில் உண்டு. சமுதாயம் இவர்களைப் பற்றி மௌனம் சாதிக்கிறது. நீதிமன்றங்களிலும் கவுன்சில்களிலும் நகர சபைகளிலும் சமய ஸ்தாபனங்களிலும் இவர்கள் வகிக்கும் பதவிகளுக்கு எந்த வில்லங்கமும் வராது. நாங்களோ, அறியாப் பருவத்தில் தெரியாமல் செய்த தவறுக்காக நரகத் தீயில் நித்தம் நித்தம் எரிந்துகொண்டிருக்கிறோம். உங்கள் சமுதாயம் நீதியை நிலைநாட்டும் லட்சணம் இதுதான்” என்று கூறினேன்.

மூன்று மாதங்கள் கடந்தன. ஒருநாள் மகந்த் தோட்டத்துக்கு வந்திருந்தபோது ராம்கிஷன் அவரிடம், "அவளொரு பிள்ளைதாச்சி பாபா. இவ்வளவு கடுமையாக வேலைசெய்து அவள் வயிற்றிலிருக்கும் சிசுவுக்கு ஏதாவது ஆகிவிட்டால்?" என்றிருக்கிறார்.

நான் பக்கத்தில் சாணவறட்டி தட்டிக்கொண்டிருந்தேன். மகந்த், "சிசு இன்னும் உயிரோடு இருப்பதாக நினைக்கிறாயா? எப்படியோ அது வெளியே வரவேண்டும் என்பதற்காகத்தான் இதெல்லாம். அவள் கடுமையாக வேலை செய்யவில்லை யென்றால் நோயில் விழுந்துவிடுவாள்" என்றார். ராம்கிஷன் வாயடைத்துப்போனார். மகந்த் "அவளுக்கு அருவருப்பான நோய் வந்திருக்கிறது. ஆசை கண்ணை மறைக்கும்போது ஆரோக்கியத்தின் அடிப்படை விதிகள் மறந்துபோய்விடுகின்றன" என்றார்.

எனக்குப் பேறுகாலம் வந்ததும் ஒரு ஆண் குழந்தை இறந்தே பிறந்தது. ராம்கிஷனின் மனைவி என்னைக் கண்ணும் கருத்துமாகப் பார்த்துக்கொண்டாள். படிப்பறிவு இல்லாத அந்த எளிய விவசாயக் குடும்பப் பெண்ணின் தாயன்பு என்றும் என் நினைவிலிருக்கும். சிறிது காலம் கழித்து நான் மீண்டும் பிருந்தாவனுக்குப் போனபோது அவளைப் பற்றி விசாரித்தேன். ஆனால் அவள் எட்டு மாதங்கள் முன்பு இறந்துபோய்விட்டதாகக் கேள்விப்பட்டேன்.

பிரசவத்திற்குப் பிறகு எனக்குப் பல வியாதிகள் வந்தன. எதுவும் சாப்பிட முடியவில்லை. தினமும் மாலையில் லேசாகக் காய்ச்சலடித்தது. கூடவே வயிற்று உபாதைகளும் சேர்ந்துகொண்டன. மகந்த் அவரால் முடிந்த அளவு எனக்குச் சிறப்பான மருத்துவ சிகிச்சையளிக்க ஏற்பாடு செய்திருந்தார். நான்கு மாதம் நோயில் இருந்துவிட்டு நான் மெல்ல உடல் தேறினேன். இந்தக்காலக்கட்டத்தில், கடும் தலைவலியால் நான் துடித்துக்கொண்டிருந்த ஒரு இரவில், நான் என் கல்கத்தா வீட்டில் இருப்பதைப் போலவும், அம்மா என் நெற்றியை வருடித் தருவதைப் போலவும் உணர்ந்தேன். மயக்கத்திலேயே நான் "அம்மா, என்னைத் தியேட்டருக்குக் கூட்டிப்போங்கள்" என்றேன். அதற்கு அவர் "மாட்டேன், நீ ரொம்ப சின்னப்பெண்" என்றார். பிறகு யாரோ வந்து அவரை என்னிடமிருந்து அழைத்துச்சென்றுவிட்டனர். "என்னையும் உன்னோடு கூட்டிப்போ, அம்மா" என்று கதறினேன் – சத்தம் கேட்டு ராம்கிஷனின் மனைவி ஓடிவந்து நான் அம்மாவிடம் அழுது கெஞ்சியபடி கனவுகண்டு கொண்டிருப்பதைப் பார்த்தாள்.

மானதா தேவி

கனவைப் பற்றி மகந்திடம் சொன்னேன். அதற்கு அவர், "நீ இன்னும் கஷ்டப்பட வேண்டியிருக்கும்" என்றார். அவர் காட்டும் வழியில் செல்ல விரும்புவதாகச் சொன்னேன், அவரோ "விதியை மீறி என்னால் எதுவும் செய்யமுடியாதம்மா. அதற்கு இன்னும் நேரம் வரவில்லை" என்றார்.

மேலும் ஆறேழு மாதங்கள் கடந்தன. ஆசிரமத்தில் நான் கிட்டத்தட்ட ஒரு வருடம் இருந்துவிட்டேன். என் உடல்நிலை தேறியது. மீண்டும் வேலைகள் செய்யத் தொடங்கினேன். மடப்பள்ளிச் சமையலுக்குக் காய்கறிகளும் பழங்களும் பறித்துச் செல்ல மகானின் சீடர்களில் சிலர் அவ்வப்போது தோட்டத்துக்கு வந்து செல்வதுண்டு. அப்படி வந்தவர்களில் ஒருவரிடம் பேசிக்கொண்டிருந்தபோது நான் அந்தச் சீடர்மேல் காமப் பார்வை வீசியதை மகந்த் தூரத்திலிருந்தே கண்டுபிடித்து விட்டார். எனக்குத்தான் சீடர் மேல் ஆசை, அவர் மனதோ பரிசுத்தமானது. இருந்தாலும் அவரைத் தோட்டத்துக்கு அனுப்புவதை நிறுத்திவிட்டனர்.

ஒரு நீண்ட காதல் கடிதத்தை எழுதி, அதை அவரிடம் கொடுப்பதற்காக ஒருநாள் மதியம் இரண்டு மணியளவில் நான் ஆசிரமத்தினுள் நுழைந்தேன். இந்த நேரத்தில் மகந்த் ஆழ்ந்த தியானத்தில் இருப்பார் என்று எனக்குத் தெரியும். ஒரு மரத்தடியில் நான் காத்துக்கொண்டிருக்கையில் திடீரென்று மகந்த் என்னை நோக்கி வருவதைப் பார்த்தேன். "இந்த நேரத்தில் உனக்கு இங்கே என்ன வேலை? நீ ஆசிரமத்துக்கு வருவதற்கு இது சரியான சமயம் கிடையாது" என்றார். நான் கொஞ்சமும் தயங்காமல் "கன்றுக்குட்டி இந்தப் பக்கமாக ஓடிவந்துவிட்டது" என்றேன். மகந்த் வாசலைக் காட்டி கடுமையான குரலில், "வெளியே போ, இங்கே கன்றுமில்லை குட்டியுமில்லை. அப்படியே இருந்தாலும் அது ராம்கிஷனின் பொறுப்பு. உன்னுடையதில்லை" என்றார்.

அடுத்த நாளே மகந்த் என்னைக் கூப்பிட்டு அனுப்பினார். பயத்தோடு அவர் பக்கத்தில் போனேன். இன்னொரு நடுத்தர வயது வங்காளியொருவர் அவர் அருகில் உட்கார்ந்திருந்தார். மகந்த் "இந்த மனிதருடன் நீ உடனே கல்கத்தா செல்ல வேண்டும். உனக்குத் தேவையான ஏற்பாடுகளை இவர் செய்துகொடுப்பார்" என்றார். நான் சந்தோஷப்பட்டேன்.

மகந்த் துறவியாவதற்கு முன்பு உயர் அதிகாரியாக இருந்தவர். அவரைச் சந்தித்து சமயம் பற்றியும் ஆன்மீகம் பற்றியும் விவாதிப்பதற்காக அவருடைய நண்பர்களும், முன்னாளில் அவருடன் பணியாற்றியவர்களும் பிருந்தாவனுக்கு

வந்துபோவதுண்டு. கல்கத்தாவுக்கு என்னைக் கூட்டிச் சென்ற வரும் அப்படியொரு நண்பர்தான். அவர் வீட்டில் பத்து நாட்கள் தங்கியிருந்தேன்.

கல்கத்தாவின் புறநகர்ப் பகுதியில் எங்கோ, ...தாஸ்* என்ற மனிதர் மீட்கப்பட்டப் பெண்களுக்காக ஓர் அமைப்பை நிறுவியிருந்தார். வழக்கறிஞரான அவர், சமூக சேவகராகவும் பெயர் பெற்றவர். மகந்தின் நண்பர் என்னை அங்குக் கூட்டிப்போனார். ஏனெனில் அவருக்கு மிஸ்டர் தாஸுடன் நல்ல பழக்கமிருந்தது.

என் வாழ்க்கையின் ஒரு அத்தியாயம் முடிந்தது. அப்பாவின் புறக்கணிப்பும், எனது போதாத கல்வியும், மோசமான சகவாசமும் என்னைப் பாவத்தின் பாதைக்கு இட்டுச் சென்றன. நான் ஒருபோதும் சுயக் கட்டுப்பாட்டைக் கற்றுக்கொள்ள வில்லை. என் ஆசைநெருப்புக்கு இன்னும் இன்னும் எண்ணெய் ஊற்றி வளர்க்கத்தான் செய்தேன். நான் படித்த நாவல்கள் எனக்குள் கலகத்தை விதைத்தன – செயல் தந்த சிலிர்ப்பு அதன் விளைவைப் பற்றி யோசிப்பதிலிருந்து என்னைத் திசைதிருப்பிவிட்டது.

திருமணமான ஆண்களுடன் கள்ளக்காதல் செய்து தறிகெட்டுப் போகும் எங்களைப் போன்ற பெண்களின் தலைவிதி இப்படித்தான் ஆகிவிடுகிறது. ஆண் அந்தப் பாவப்பட்டப் பெண்ணிடம் தன் இச்சையைத் தீர்த்துக்கொண்டு, அவளது வாழ்க்கையைச் சீரழித்துவிட்டு, வெகு சீக்கிரத்திலேயே அவளை விட்டு ஓடிவிடுகிறான். முறைதவறிய பெண் எவளும் தன் முதல் காதலனுடனேயே தனது மரணம் வரை வாழ்ந்ததாகச் சரித்திரமில்லை. இதற்கான காரண காரியத்தை நான் என் சொந்த அனுபவத்தில் இருந்தே ஆராய்ந்து சொல்கிறேன்.

கள்ளக்காதல் எப்போதும் காமத்தில் இருந்தே பிறக்கிறது. ஆனால் இயல்பாகவே காமத்துக்கு ஆயுள் கம்மி. அது விவேகத்தால் பிறப்பது அல்ல. எனவே, சீக்கிரமாக வரும் காதல் சீக்கிரமாகவே முடிந்துபோகிறது. இப்படிக் கள்ளக்காதலில் ஈடுபடும் ஆணும் பெண்ணும் பிரிவதற்கு அவர்களில் ஒருவரின் அல்லது இருவரினது ஒழுங்கீனமோ அல்லது பாதகமான சூழ்நிலைகளோ அமைந்துவிடுவதோ காரணமாக இருக்கலாம். வறுமை, கர்ப்பம், உடலழகு குறைந்துபோவது போன்றவை பாதகமான சூழ்நிலைகளென்றால் குடிப்பழக்கமும், மற்ற

---

* ஆசிரியர் தனது வாடிக்கையாளர்களின், சமூகத்தில் உயர்ந்த நிலையில் இருப்பவர்களின் அடையாளத்தைக் காக்க வேண்டுமென்பதற்காகப் பலருடைய முழுப் பெயர்களை இங்கு வெளிப்படுத்தவில்லை.

பெண் அல்லது ஆண் மீது ஏற்படும் மோகமும் ஒழுங்கீனங்களாக இருந்துவிடுகின்றன.

இரண்டுமே எங்கள் வாழ்வில் நடந்தன. ரமேஷ் தாதாவின் குடிப்பழக்கமும், எதிர்பாராத என் கர்ப்பமும் எங்களைப் பிரித்துவிட்டன. ரமேஷ் தாதா மட்டும் இந்து முறைப்படி என்னைத் திருமணம் செய்திருந்தால், அவரால் என்னை விட்டுப் போயிருக்கவே முடியாது. தனிப்பட்ட அவமானங்களையோ சமூக நெறிமுறைகளையோ அவர் அலட்சியம் செய்திருந்தாலுமேகூட, சட்டத்திற்குப் பயந்திருப்பார். இந்தக் கள்ளக்காதல் உறவு இணைவதற்குத் தரும் அதே சுதந்திரத்தைப் பிரிவதற்கும் தந்துவிடுகிறது. அதனால்தான் ரமேஷ் தாதாவால் என்னை எளிதாகக் கழற்றிவிட முடிந்தது. சமூகம் அவரைக் குணவான் என்று போற்றும், என்னையோ பழித்துத் தூற்றும். கடைசியில் ரமேஷ் தாதா எது உண்மை என்று எனக்குக் காட்டிவிட்டார்.

இவ்வளவு வேதனைக்குப் பிறகும் நான் பாடம் கற்றுக்கொள்ளவில்லை. அவ்வளவு புனிதமான மகந்தின் ஆசிரமத்திலேயே என் இதயத்தில் உடல் இச்சைகளின் விதைகள் மீண்டும் விழுந்ததை வேறென்னவென்று சொல்வது? ஆசையெனும் பிசாசு சொர்க்கலோக இன்பங்கள் கிடைக்குமென்ற வாக்குறுதியுடன் மீண்டும் என் கண்முன் வந்து நின்றது. நான் மீண்டும் அதனிடம் சொக்கிப்போனேன்.

6

உடலை விற்றேன்

வெட்கக்கேடான வழிகளைக் கைவிட்டு, நல்லபடியாக வாழ விரும்பும் பெண்களுக்கு அந்த மீட்பு நிலையம் அடைக்கலம் கொடுத்தது. தங்களைக் காப்பாற்றிக்கொள்ள அவர்கள் அங்கு ஏதேனும் கைவினைத் தொழில் கற்றுக்கொள்ள வேண்டும். வேறு சில பெண்களோ சந்தர்ப்பவசத்தால் அங்கு இருக்க நேர்ந்தவர்கள். அவர்களும் என்னைப் போலவே தங்கள் குடும்பத்திடமோ சமூகத்திடமோ திரும்பிச் செல்ல முடியாத நிலையில் இருந்தனர். அவர்களின் வாழ்க்கை நிலையில்லாதது. இந்த நிலையத்தில் கிடைக்கும் உணவு உடையோடு அவர்கள் திருப்தி அடைந்ததுபோல் எனக்குத் தோன்றவில்லை. அவர்கள் எல்லோரும் இளம்பெண்கள், இளம்பருவத்தினர். நான் போய் சேர்ந்தபோது அங்கு பதின்மூன்றோ பதினான்கோ பெண்கள் இருந்தனர். அவர்களில் மத்திம வயதுள்ள நான்கைந்து விதவைகளைக் கழித்து விட்டால் மீதிப்பேர் நான் மேலே குறிப்பிட்ட வகையினர்தான்.

தாமாகவே விருப்பப்பட்டோ அல்லது கயவர்களால் தூண்டப்பட்டோ வீட்டைவிட்டு ஓடிவந்துவிடும் இந்தப் பெண்களுக்கு உணவும் உடையும் கிடைக்காமல் போய்விடுமோ என்ற அடிப்படை ஆபத்து கிடையாது என்பதைப் புரிந்துகொள்ளத் தொடங்கினேன். “எனது அடுத்த வேளை சாப்பாடு எங்கிருந்து வரும்” என்பதைவிட “இனி எப்படி உயிர் பிழைப்பேன்” என்பதே அவர்களின் முக்கியக் கவலையாக இருந்தது. பெண்களுக்கு உணவும் உடையும் இருப்பதற்கு இடமும்

சம்பாதித்துத் தரக்கூடிய பல வேலைகளும் தொழில்களும் கல்கத்தா நகரில் உண்டு. ஆனால் நான் பார்த்தவரையில் வேலையில் இருந்தாலும் சொந்தமாகத் தொழில் நிறுவனம் நடத்தினாலும் சில பெண்கள் நான் போன வழியிலேயே சென்றிருப்பதைக் கண்டேன். காரணம் அவர்கள் திருமண வாழ்வின் கட்டுப்பாடுகளை அனுபவிக்கவில்லை. வெற்றிலைத் தாம்பூலம் விற்பவர்கள், வீடுகளிலோ விடுதிகளிலோ வீட்டுவேலை செய்பவர்கள், சந்தையில் மீன் விற்பவர்கள், சமையல்காரிகள், தொழிற்சாலை ஊழியர்கள், மசாலா அரைப்பவர்கள், மேடை நடிகைகள், பக்திப் பாடகர்கள், செவிலியர்கள், இசை ஆசிரியர்கள், மருத்துவச்சிகள், மருத்துவர்கள், இரயில் டிக்கெட் விற்பவர்கள், டெலிபோன் ஆபரேட்டர்கள் – இவர்கள் எல்லோரும் தங்கள் பிழைப்புக்குத் தேவையானதைச் சம்பாதித்து விடுகிறார்கள். அவர்கள் விரும்பினால் நல்லபடியாக வாழவும் முடியும். ஆனால் எல்லா நேரத்திலும் இப்படி நடப்பதில்லை என்று என் அனுபவம் சொல்கிறது.

என் அப்பாவைப் பற்றியும், என் முகவரியையும் மீட்பு நிலைய அலுவலர்களிடம் சொல்லாமல் மறைத்துவிட்டேன். பிராமண உயர்குலத்தில் பிறந்த பெண்ணாகிய என்னை ஒரு கயவன் மயக்கி வீட்டைவிட்டு இழுத்து வந்து, கர்ப்பமாக்கி விட்டு ஓடிவிட்டான் என்பது மட்டும்தான் அவர்களுக்குத் தெரியும். ரமேஷ் தாதாவின் பெயரையும் நான் சொல்லவில்லை; நான் கொஞ்சம் படித்திருந்தேன் என்பது அவர்களுக்குத் தெரிந்துவிட்டது.

நான் பிருந்தாவனத்திலிருந்து கல்கத்தாவுக்குத் திரும்பிச் செல்லவே விரும்பினேன். முகுல் தாதாவையும் கமலாவையும் மட்டுமேனும் சந்திக்கலாமே என்ற நப்பாசையில். இந்த இரு நண்பர்கள்தான் ஆழந்தெரியாத கடலில் நான் பற்றிக் கொள்ளக்கூடிய கட்டுமரங்கள். ஆனால் இவர்களைக் கண்டுபிடிப்பது அத்தனை எளிதல்ல என்பதை நான் மீட்பு நிலையத்துக்குள் நுழைந்த பிறகுதான் கண்டுகொண்டேன்.

சீக்கிரத்திலேயே அங்கிருந்த என் வயதுடைய இளம்பெண் களுடன் – முக்கியமாக ராஜ்பாலா, காளிதாஸியோடு – நெருக்கமானேன். இந்தப் புத்தகத்தில் இவர்களை அடிக்கடி குறிப்பிடுவேன் என்பதால் இவர்களை உங்களுக்கு அறிமுகப் படுத்தி விடுகிறேன். கல்கத்தாவில் வாழ்ந்து வந்த பொன் வணிகர்களின் குடும்பத்தைச் சேர்ந்தவள் ராஜ்பாலா. சிறு வயதிலேயே அவளுக்குத் திருமணம் நடந்துவிட்டது. அவள் அப்பாவும் மாமனாரும் கொழுத்தப் பணக்காரர்கள். ஆனால் இறைவனின் பொல்லா விதியால் அவள் மணமான ஒரு

வருடத்துக்குள்ளாகவே விதவையாகிவிட்டாள். இதன்பிறகு, கிழக்கு வங்காளத்தைச் சேர்ந்த காயஸ்த சாதி இளைஞன் ஒருவனுடன் அவள் கள்ளத் தொடர்பு வைத்துக்கொண்டாள். ராஜ்பாலாவின் அண்ணிகளில் ஒருத்தி இதற்கு இரகசிய உடந்தை. சுதந்திரப் போராட்டம் உச்சத்தில் இருந்த காலத்தில் இந்த இளைஞனின் உதடுகளில் சதாசர்வ காலமும் வந்தே மாதரம் உச்சாடனம்தான். யாருக்கும் தெரியாமல் இவர்களின் உறவு மூன்றாண்டு காலம் நீடித்தது. கடைசியில் ராஜ்பாலா கர்ப்பமானாள். இளைஞன் தப்பி ஓடிவிட்டான். ஆற்றில் குளிக்கப்போவதாகச் சொல்லிவிட்டுத் தன் பணிப்பெண்ணுடன் வீட்டைவிட்டுக் கிளம்பிய ராஜ்பாலா அதற்குப் பிறகு வீட்டுக்குத் திரும்பவேயில்லை. போதும் போதுமென்ற அளவு துன்பமும் துயரமும் அனுபவித்துவிட்டு இறுதியாக இந்த மீட்பு நிலையத்துக்கு வந்து சேர்ந்திருக்கிறாள்.

காளிதாஸி ஒரு கொல்லரின் மகள், அழகி. அவளது புகுந்த வீட்டார் பர்த்வானில் இருக்கும் ஏதோவொரு கிராமத்தைச் சேர்ந்தவர்கள். கள்வர்கள் அவளை அவள் கணவனிடமிருந்து வலுக்கட்டாயமாகக் கடத்திச் சென்று, ஓராண்டு காலம் அவர்கள் சென்ற இடத்திற்கெல்லாம் கூட்டிக்கொண்டு திரிந்திருக்கின்றனர். விவகாரம் கோர்ட்டுக்குப் போயிருக்கிறது. ஆனால் காளிதாஸியின் கணவன் அவளை ஏற்றுக்கொள்ள வில்லை. சொந்தக்காரர் ஒருவரின் பேச்சைக்கேட்டு அவள் விபச்சாரத் தொழிலில் இறங்க இருந்தாள். ஆனால் பர்த்வானைச் சேர்ந்த வக்கீல் ஒருவர் அவளைக் காப்பாற்றி இங்கு கொண்டு வந்து சேர்த்துவிட்டார்.

மீட்பு நிலையம் எங்களுக்குப் பாதுகாப்பானது இல்லை யென்று கொஞ்சம் கொஞ்சமாகத் தெரிந்துகொண்டேன். சாப்பாட்டிற்கும் உடைக்கும் இங்கே எந்தப் பிரச்சினையும் கிடையாது. ஆனால் இங்கிருந்த அதிகாரிகளில் சிலர் எங்களில் அழகாகவும் கவர்ச்சியாகவும் இருந்த பெண்களை மட்டும் விசேஷமாகக் கவனித்துக்கொண்டனர். அவர்களின் அருட்பார்வை என்னை நோக்கியும் வெகு சீக்கிரமே திரும்பியது. நான் எந்த வேலையும் செய்யத் தேவையில்லை. என் அறையில் தட்டுமுட்டுச் சாமான்கள் குவியத் தொடங்கின. எனக்கு ரொம்பவே சந்தோஷம். என் அலமாரியில் முதல்தரமான ஆடைகளும், விலையுயர்ந்த உள்ளாடைகளும் வந்து சேர்ந்தன. மெல்லிய படுக்கை விரிப்பும் கிடைத்தது என்பதைச் சொல்லித் தெரிய வேண்டியதில்லை. இதனால் அங்கிருந்த சில பெண்களுக்கு என்மேல் பொறாமை. ராஜ்பாலாவும் காளிதாஸியும்

என்னைப் பார்க்கும் போதெல்லாம் நகைத்துக்கொண்டே, "உன் காட்டில் மழை" என்பார்கள்.

அதிகாரிகளில் ஒருவருக்கு என் மேல் ஆசை. நானும் இணங்கிப்போனேன். சிலநேரம் என் அறையிலேயே அவர் இரவைக் கழிப்பார். நிர்வாகக் குழு உறுப்பினர்களில் சிலரும் என் தோழிகளின் அறைகளுக்கு இதுபோல் இரகசியமாக வந்துபோவதுண்டு என்பதை அவர் சொல்லித் தெரிந்து கொண்டேன். கொஞ்ச காலம் இப்படியே போனது.

ஒருநாள் என் இரகசியக் காதலனிடம் என்னைத் திருமணம் செய்துகொள்ளச் சொன்னேன். அவர் மறுத்துவிட்டார். சில நேரங்களில் என் வயதுப் பெண்கள் ஒன்றுகூடி எங்கள் இரகசியக் காதல் விஷயங்களைப் பேசிச் சிரிப்போம். ராஜ்பாலாவும் காளிதாஸியும் நானும் மனம் திறந்து பேசிக்கொள்வோம். நான் சொல்லியதால் அவர்களும் தம் காதலர்களிடம் திருமணம் பற்றிப் பேசியிருக்கின்றனர். ஆனால் பலனில்லை.

"நமது அழகையும் கவர்ச்சியையும் விற்கப் போகிறோம் என்றால், அதை ஏன் திருட்டுத்தனமாகச் செய்யவேண்டும்? நம்மை சந்தையில் விற்பனைக்கு வைப்போம், நமக்கான விலையைக் கணக்கிட்டுச் சரியான விலையைத் தேர்ந்தெடுப்போம்" என்றேன். அன்றிரவில் இருந்து ராஜ்பாலாவும் காளிதாஸியும் அவர்களின் காதலர்களைத் தங்கள் அறைக்குள் விடவில்லை, நானும்தான். இதனால் எங்களுக்குக் கடுந்தொல்லைகளும் தொந்தரவுகளும் வரவே, இனியும் மீட்பு நிலையத்தில் தங்க வேண்டாமென முடிவு செய்தோம். ஆனால் எங்களுக்கு வெளியே ஆதரவோ அடைக்கலமோ தர யாருமில்லை, எங்கே போவோம்?

அப்போது ஐரோப்பாவில் கடும்போர் நடந்துகொண்டிருந்தது. இந்தியாவில் இருந்து ஏராளமான பெண்கள் போர்க்களங் களுக்குச் சென்று காயம்பட்ட வீரர்களுக்குச் சிகிச்சை அளித்தனர். இதன் விளைவாகக் கல்கத்தா, பம்பாய் போன்ற பெரிய நகரங்களில் இருந்த மருத்துவமனைகளில் செவிலியர்களுக்குப் பற்றாக்குறை ஏற்பட்டது. மீட்பு நிலையத்துக்கு வங்கமொழிச் செய்தித்தாள் ஒன்று வருவதுண்டு. அவ்வப்போது அதை அங்கிருந்த பெண்களுக்கு நான் படித்துக்காட்டுவேன்.

ராஜ்பாலாவுக்கு ஒரு யோசனை உதித்தது. ஒருநாள் அவள் என்னிடம், "வா, நாம் நர்ஸிங் கற்றுக்கொள்ளலாம்" என்றாள். "எப்படி முடியும், இங்கிருக்கும் அதிகாரிகளின் உதவி இல்லாமல்?" என்று கேட்டேன். நிலையத்தை ஆய்வு செய்ய

பரத்தைத் தொழிலில் ஒரு படித்த பெண் 65

மிஸ்டர்...................... கோஷ் வந்தபோது ராஜ்பாலா விஷயத்தை அவரிடம் கொண்டுசென்றாள். அவளது பரிந்துரையைக் கேட்டு சந்தோஷப்பட்ட அவர் எங்களுக்கு ஆரம்ப கட்டப் பயிற்சியளிக்க ஒரு டாக்டரை நியமித்தார். காளிதாஸிக்குப் படிப்பறிவு இல்லாததால், அவளுக்கு எழுதப் படிக்கக் கற்றுக்கொடுக்கும் பொறுப்பு என்னிடம் வந்தது. வெறும் மூன்றே மாதங்களில் அவள் அபாரமாக முன்னேறிவிட்டாள். அவ்வப்போது மருத்துவமனைகளுக்கு அழைத்துச் செல்லப் பட்டோம். அங்கிருந்த பல கருவிகள், மருந்துகளின் பெயர்களைக் கற்றுக்கொண்டோம்.

எங்களின் முன்னாள் இரகசியக் காதலர்கள் எங்களை நிம்மதியாக இருக்க விடவில்லை. அவர்களின் அட்டூழியத்தைத் தாங்கவே முடியவில்லை. அவர்களின் கொடூரத் தாக்குதலில் இருந்து தப்பிக்க ஒரு பெண் பக்கத்து கட்டடத்துக்குக் குதிக்க முயன்று தன் காலை உடைத்துக்கொண்டாள். இது கோர்ட் கேஸாகவும் ஆனது. ஆனால் என்ன தீர்ப்பு வந்தது என்று நான் தெரிந்துகொள்ளவில்லை. ஒருநாள் மாலை ராஜ்பாலா, காளிதாஸி, இன்னொரு பெண்(அவள் பெயர் ஞாபகமில்லை, கேதியோ என்னவோ), நான் எல்லோரும் சேர்ந்து குதிரை வண்டியொன்றைப் பிடித்து டோலிகஞ்ச் போனோம். அங்கிருந்து டிராம் வண்டியேறிக் கார்ன்வாலிஸ் தெருவில் இருந்த ஸாதாரண் பிரம்ம சமாஜ்[1] தியானக் கோவிலுக்குச் சென்றோம்.

இது எனக்குப் பழக்கமான இடம்தான். சிறுவயதில் அப்பாவுடன் அடிக்கடி இங்கு வந்திருக்கிறேன். அந்த நினைவு எனக்குக் கண்ணீரை வழவழைத்தது. வழிபாடு முடிந்ததும் வந்திருந்த பெரும்பாலான பக்தர்கள் கிளம்பிவிட, சில பெரிய மனிதர்கள் மட்டும் அங்கே இருந்தனர். பிரம்ம சமாஜப் பெண்கள் பாணியில் சேலை உடுத்தி நாங்கள் செருப்புகளும் அணிந்திருந்தோம். அவர்களிடம் சென்றோம்.

நாங்கள் நீண்ட நாட்களாகவே பிரம்ம சமாஜத்திற்கு வர எண்ணியிருந்தோம். ராஜ்பாலாதான் அதற்கு முக்கியக் காரணம்.

---

1. ஸாதாரண் பிரம்ம சமாஜம்: ராஜாராம் மோகன் ராய்க்குப் பின்னர் பிரம்ம சமாஜத்தை வழிநடத்திய கேசவ சந்திர சென்னின் தன்னிச்சையான போக்குப் பிடிக்காமல், அவரது சமகால பிரம்ம சமாஜிகளான தேவேந்திர நாத் தாகூர் போன்றோர் விலகினர். இவர்கள் தங்களின் சபையை 'ஆதி பிரம்ம சமாஜம்' என்று அழைத்தனர். சென் தனது சபைக்கு 'இந்தியப் பிரம்ம சமாஜம்' என்று பெயரிட்டார். பின்னர் அவர் பிரம்ம ஞான சபையின் கொள்கைக்கு முரணாகத் தனது மகளைக் கூச்பீகார் இளவரசருக்குப் பாலிய மணம் செய்து வைத்தார். இதை எதிர்த்து அவரது சபையினர் சிலர் அதிலிருந்து பிரிந்து சாமானியர்களுக்கான சபை எனப் பொருள்படும் 'ஸாதாரண் பிரம்ம சமாஜத்தை' 1878இல் நிறுவினர்.

பிரம்ம சமாஜத்தில் எல்லோரையும் ஏற்றுக்கொள்கிறார்கள் என்றும், பிரம்ம சமயத்துக்கு மாறினால் எளிதாகத் திருமணம் செய்துகொள்ளலாம் என்றும் சொன்னாள். ஆனால் இங்கும் தடங்கல்கள் உண்டென்பதைக் கண்டுகொண்டோம்.

எங்கள் எதிரில் உயரமாக, வலிமையான உடலுடன் வெள்ளை முடியும் மீசையும் தாடியுமாக ஒரு பெரியவர் நின்று கொண்டிருந்தார். "இவர்தான் கிருஷ்ண குமார் மித்ரா என்று நினைக்கிறேன்" ராஜ்பாலா எங்களிடம் கிசுகிசுத்தாள். "அவர் காலைத் தொட்டு வணங்குவோம்." நால்வரும் வணங்கினோம். நாங்கள் வந்த காரணத்தை அவர் அன்புடன் விசாரித்தபோது அவரைத் தனியாக அழைத்துச் சென்று அனைத்தையும் சொன்னோம். பாதுகாப்பும் அடைக்கலமும் வேண்டினோம். மீட்பு நிலைய அதிகாரிகளின் அடாவடிப் போக்கைப் பற்றிச் சொன்னதோடு, நாங்கள் பிரம்ம சமாஜத்துக்கு மாற விரும்புவதையும் எடுத்துச் சொன்னோம்.

அதற்கு அவர், "உங்களை இங்கு தங்க வைப்பதைப் பற்றி நான் மட்டுமே முடிவு செய்ய முடியாது. சமாஜத்திலிருக்கும் மற்றவர்களிடமும் கலந்து பேச வேண்டும்" என்றார். ஒரு முதியவரைச் சைகை செய்து அழைத்து விஷயத்தைச் சொன்னார். அவரோ வெறுப்போடு கடுமையாக எதிர்த்தார். "முடியாது, அதெப்படி நடக்கும்? இவர்களின் கடந்த காலம் களங்கமானது. பிரம்ம சமாஜத்தின் உள்ளே பாவத்தை அனுமதிக்கலாமா நாம்?" நாங்கள் ஏமாற்றத்துடன் அங்கிருந்து கிளம்பினோம். ஆனால் அதற்கு முன்பு கிருஷ்ண குமார் மித்ராவின் கால்களை மீண்டும் தொட்டு வணங்கினோம். அவரும் அதை அனுமதித்தார். ஆனால் அந்த இன்னொரு மனிதரோ – அவர் பெயர் ஹேரம்பா – பாபு என்று பின்னர் தெரிந்துகொண்டோம் – "இல்லை, வேண்டவே வேண்டாம்" என்று துள்ளிக் குதித்து விலகினார். பின்னர் இந்த மனிதரைச் சந்திக்கும் வாய்ப்பு எனக்குக் கிடைத்தது, அதைச் சொன்னால் அவர் நொந்துபோவார் என்பதால் சொல்லாமல் தவிர்க்கிறேன்.

அடுத்து எங்கு போவது என்று யோசிக்கத் தொடங்கினோம். மீட்பு நிலையம் எங்களை ஏற்றுக்கொள்ளப் போவதில்லை. நாங்களும் அங்கு போக விரும்பவில்லை. சட்டென எனக்குக் கமலாவின் நினைவு வந்தது. எனக்கு அவள் முகவரி தெரியும். அவளோடு ஓரிரு நாட்கள் தங்கிக்கொள்ளலாம் என்ற நம்பிக்கை வந்தது. நாங்கள் நான்கு பேரும் குதிரை வண்டியில் பாக்பஜாரில் இருந்த அவள் வீட்டுக்குச் சென்றோம்.

நாங்கள் அங்கு போய்ச் சேர்ந்தபோதுதான் கமலா அங்கில்லை, தன் அம்மாவுடன் வேறெங்கோ குடிபோய்விட்டாள்

என்று தெரிந்துகொண்டோம். புதிதாகக் குடிவந்தவருக்குக் கமலாவும் அவள் அம்மாவும் இருக்குமிடம் பற்றித் தெரியவில்லை. இடி விழுந்தது போலிருந்தது எனக்கு. இத்தனை வருடங்கள் துன்பப்பட்ட பிறகு, என் பால்ய தோழியை நீண்ட காலம் கழித்துச் சந்திக்கப்போகும் சந்தோஷத்தில் இருந்தேன் – என் நம்பிக்கை இப்படித் தகர்ந்துபோகும் என்று நினைத்துக்கூடப் பார்க்கவில்லை. கைகளால் தலையைப் பிடித்துக்கொண்டு யோசிக்கத் தொடங்கினேன்.

முகுல் – தாதாவின் விலாசத்தை மறந்துவிட்டேன். கமலாவிடமிருந்து வாங்கிக்கொள்ளலாம் என்றால் இப்போது அதுவும் முடியாது. ராஜ்பாலா, “இன்றிரவு நாம் தங்கிக்கொள்ள எனக்கொரு இடம் தெரியும். நாளை காலை அடுத்து என்ன செய்யலாமென்று யோசிக்கலாம்” என்றாள். இரவு வெகுநேரமாகிவிட்டதால் நாங்களும் வேறு வழியில்லாமல் ஒத்துக்கொண்டோம்.

வண்டிக்காரனுக்கு அதிகப்படியாகப் பணம் கொடுத்து சம்பதாலாவின் ஹர்கட்டா லேனில் இருந்த ஒரு விபச்சாரியின் வீட்டிற்குப் போய் இரவு தங்கிக்கொண்டோம். ராஜ்பாலா தொழில் செய்த காலத்தில் அவளுக்கு இப்பெண் பழக்கம். இவள் முழு கட்டடத்தையும் வாடகைக்கு எடுத்து, ஒவ்வொரு அறையிலும் ஒரு பெண்ணை விபச்சாரம் செய்ய வைத்து, ஒவ்வொருவரிடமிருந்தும் கொஞ்சம் பணம் வாங்கிக்கொண்டாள். இவள் வருமானம் இந்தப் பாவப்பட்ட வழியிலிருந்து வந்தது. விபச்சாரிகளில் இவளைப் போன்றவர்களைப் பாரிவாலி, அதாவது வீட்டு எஜமானி (அல்லது சில சமயங்களில் “மாஷி”) என்று அழைப்பார்கள். இப்பெண்ணை எல்லோரும் ராணி பாரிவாலி என்று கூப்பிட்டனர்.

நீண்ட நாட்களுக்குப் பிறகு ராஜ்பாலாவைச் சந்தித்ததிலும், எங்கள் மூவரைப் பார்த்ததிலும் எஜமானிக்கு ஒரே சந்தோஷம். அன்பும் அக்கறையுமாக அவள் எங்களை ஒரு அறைக்குக் கூட்டிச் சென்றாள். நாங்கள் தூங்குவதற்கான எல்லா ஏற்பாடும் அங்கு செய்யப்பட்டிருந்தது. அவர்கள் கொடுத்ததைச் சாப்பிட்டு முடித்ததும், எஜமானி ராஜ்பாலாவுடன் ஏதேதோ விஷயங்கள் பேசத் தொடங்கினாள். எனக்கு அங்கு இருக்க ஒரே பதட்டம். முழுநேர விபச்சாரத் தொழில் செய்யும் ஒரு பெண்ணின் அறைக்குள் நான் நுழைந்திருக்கிறேன் என்பதே எனக்கு ஒருவித வினோத அசௌகரியத்தைக் கொடுத்தது. கட்டடத் தரைதளத்தின் ஒரு மூலையில் அந்த அறை இருந்தது. சூரிய ஒளியோ சுத்தமான காற்றோ வராது. அங்கு முன்பின் பழக்கமில்லாத ஒரு வீச்சமடித்தது. குடிகாரர்களின் வாந்தியும்

பாட்டும் ஆட்டமும் கூச்சலும் அலறலும் திட்டும் கதறலும் – இதையெல்லாம் பார்த்து என் இதயம் நடுங்கியது. இங்கிருந்து தப்பித்து ஓடினாலும், அடுத்து எங்கே போவதென்று தெரிய வில்லை.

மறுநாள் காலை கேதி தனக்குப் பெலியாகாட்டாவில் ஒரு அத்தை இருக்கிறாளென்றும், தான் அங்குச் செல்லப் போவதாகவும் சொன்னாள். நாங்கள் தடுக்கவில்லை. அவள் போய்விட்டாள். அடுத்த மூன்று நான்கு நாட்கள் நாங்கள் அங்கேயே இருந்தோம். என்னையும் காளிதாஸியையும் விபச்சாரம் செய்யும்படி எஜமானி வற்புறுத்தினாள். அந்தத் தந்திரக்காரியை என்னால் எதிர்த்துப் பேசவும் முடியவில்லை – அவள் சொன்ன காரணங்கள்: விபச்சாரிகள் சுதந்திரமானவர்கள்; அத்துடன், ஆண்களைக் கவர்ந்திழுக்கும் அழகையும் அறிவையும் இறைவன் ஏன் இவர்களுக்கு வாரி வழங்கியிருக்கிறான்? பணம் சம்பாதிக்கத்தான். வக்கீல் தன் புத்தியை விற்கிறார், ஆசிரியர் தன் படிப்பறிவை விற்கிறார், ஆன்மீகக் குரு கூட மந்திரங்களை விற்றுத்தானே பிழைக்கிறார். கவர்ச்சியான பெண்கள் மட்டும் தங்கள் உடல்களை விற்கக்கூடாதா? தீமையும் ஆபத்தும் எல்லா வியாபாரத்திலும் உண்டு. நாட்டின் தலைசிறந்தவர்கள் எல்லோரும் விபச்சாரிகளின் கால்களில்தான் விழுந்து கிடக்கின்றனர். பணக்காரர்களின் பணம் இப்பெண்களின் வீடு தேடி பறந்து வரும், இவர்களின் ஒரு ஓரப் பார்வையின் விலை ஆயிரம் ரூபாய்.

நான் அடிபணிந்துவிட்டேன். எஜமானி எனக்காக ஒரு அறையைத் தேடத் தொடங்கினாள். காளிதாஸியோ அதே கட்டடத்தில் ஒரு அறையில் இருந்துகொண்டாள். ராஜ்பாலாவும் நானும் தற்போது சிட்டி காலேஜ் ஸ்டாண்ட் இருக்கும் ஆம்ஹெர்ஸ்ட் தெருவின் குடிசைப் பகுதியில் ஓடு வேய்ந்த இரண்டு குடிசைகளில் வாடகைக்குத் தங்கினோம். ராணி பாரிவாலி இருவரிடமும் கொஞ்சம் பணம் கொடுத்து, எங்களுக்குத் தேவையான பொருட்களும் ஆடைகளும் வாங்கிக்கொள்ளச் சொன்னாள்.

மோசமான சகவாசம் எப்படி நம்மை ஒழுக்கக்கேட்டில் தள்ளிவிடும் என்று இப்போது புரிகிறது. பள்ளியில் கற்றுக் கொண்ட அனைத்தையும் மறக்கும் நிலையில் இருந்தேன். முகுல் தாதா எனக்குக் கற்றுக்கொடுத்த ஒவ்வொரு புதிய பாடமும், இலக்கியமும், வரலாறும் – எல்லாம் மண்ணாகிப் போனது. இப்போது நான் சகவாசம் வைத்திருப்பவர்கள் அறிவைப் பற்றியோ படிப்பைப் பற்றியோ கவலைப்படுபவர்க ளில்லை. அவர்கள் தங்களுக்குள் பேசிக்கொள்வதெல்லாம்

ஒவ்வொருத்திக்கும் எத்தனை வாடிக்கையாளர்கள் இருக்கிறார்கள், தங்கள் காதலர்களுடன் என்ன பேசிக்கொண்டார்கள், இன்னும் ஏதேதோ அசிங்கமான பேச்சுக்கள்தான். அதுமட்டுமின்றி, சமையலும் வீட்டு வேலைகளும் நாங்களேதான் செய்து கொள்ள வேண்டியிருந்தது. மார்க்கெட்டுக்குப் போக எங்களுக்கு வெட்கமாக இருந்ததால், வேறு யாரையாவது அனுப்பிப் பொருட்களை வாங்கினோம்.

விபச்சாரப் பெண்கள் தங்கள் வாடிக்கையாளர்களைப் "பாபு" என்று அழைப்பார்கள். நானும் இந்த வார்த்தையை அவ்வப்போது உபயோகிப்பேன். இந்தப் பாபுக்களால் பெண்களுக்குள் கடும் சண்டை வரும். ஒருத்தியின் வாடிக்கை யாளர் இன்னொருத்தியின் அறைக்குள் நுழைந்துவிட்டால் போதும், அங்கே பெரிய சண்டை வெடித்துவிடும். எல்லோரும் இதில் சேர்த்திதான். நான் மட்டும் என்ன விதிவிலக்கா? எல்லாவிதமான அசிங்கங்களுக்கும் நான் பழகியிருந்தேன் – பள்ளியில் நான் கற்ற சொற்பக் கல்வியும் கூட என் அகந்தையை ஊதிப் பெருதாக்கி என்னை வேகமாக நாசமாக்கியதே தவிர, பாவத்தின் பிடியிலிருந்து என்னை அது காப்பாற்றவில்லை.

மாலைவேளையில் நாங்கள் நன்கு அலங்கரித்துக்கொண்டு, தோந்தோனியா காளிக் கோவிலில் நடக்கும் வழிபாட்டுச் சடங்குகளைப் பார்க்கும் சாக்கில் உலா வருவோம். யாராவது ஆண் எங்கள்மேல் கண்வைக்கிறானென்று தெரிந்தால் அவன் பின் தொடர்கிறானா என்று நோட்டம் விட்டபடியே வீட்டுக்குத் திரும்பிச் செல்வோம். ஆண்களை வலையில் சிக்கவைக்க ராணி பாரிவாலிதான் எங்களுக்கு இந்த வித்தையைக் கற்றுக் கொடுத்திருந்தாள்.

அப்பாவின் வீட்டைச் சேர்ந்தவர்கள் எவர் கண்ணி லாவது பட்டுவிடுவேனோ என்ற பயத்தில் நான் வெளியே செல்வதற்கு ஆரம்பத்தில் மறுத்தேன். நந்தா தாதாவோ வேலைக்காரி ஹரிமதியோ அப்பாவின் டிரைவரோ அல்லது அப்பாவேகூட என்னைப் பார்த்துவிட்டால் என்ன செய்வது? ராஜ்பாலாதான், "உன் வீடு இங்கிருந்து ரொம்ப தொலைவில் இருக்கிறது. கல்கத்தாவில் இருக்கும் யாரும் அக்கம்பக்கத்தில் என்ன நடக்கிறதென்று கவனிப்பதில்லை, ஒரு பகுதியிலிருந்து இன்னொரு பகுதிக்குப் போவதுமில்லை" என்று நம்பிக்கை யளித்தாள். அவள் சொன்னதில் இருந்த உண்மையைப் புரிந்து கொண்டு நான் ஒருவழியாக அவளுடன் போக ஆரம்பித்தேன், எச்சரிக்கையுடன்தான். முகுல் தாதா பக்கத்தில்தான் எங்கோ வசிக்கிறார் என்பது நினைவிருந்ததால், அப்படியாவது அவரைச் சந்திக்கலாமே என்ற நப்பாசையிலும் போனேன்.

குளிர்கால இரவொன்றில் காளிக் கோவிலில் இருந்து நாங்கள் திரும்பி வரும் வழியில், சால்வையால் முக்காடு போட்டிருந்த பெரிய மனிதர் ஒருவர் எங்களைப் பின்தொடர்ந்து வருவதைக் கண்டோம். எங்கள் வீட்டை நெருங்கியதும், அவர் ராஜ்பாலாவின் அறைக்குள் நுழைந்தார். மறுநாள் காலை அவள் என்னிடம், "நேற்று ராத்திரி என் வீட்டுக்கு வந்தவர் யாரென்று தெரியுமா? பைத்தாகானா மார்க்கெட் பக்கத்தில் ஒரு கல்லூரி இருக்கிறதே, அங்கு அவர் பெரிய புரொபஸராம்... பெயர் மிஸ்டர்.......................... இவர் இதற்கு முன்பே இரண்டு மூன்று முறை என் அறைக்கு வந்திருக்கிறார்" என்றாள். அவர் பெயரைக் கேட்டதும் அதிர்ந்துபோனேன். அவரைப் பற்றி முகுல் தாதா நிறைய சொல்லியிருக்கிறார். நன்றாகக் கற்றுக்கொடுப்பாராம். முகுல் தாதாவைப் பற்றி ஏதாவது தகவல் தெரியுமா என்று இந்தப் புரொபஸரிடம் கேட்க நினைத்தேன்.

ராணி பாரிவாலி அவ்வப்போது எங்களைப் பார்க்க வருவாள். அவளை நாங்கள் ராணி மாஷி என்று அழைத்தோம். களியாட்டத்திலும் பொழுதுபோக்கிலும் மூழ்கிப் போயிருந்த மற்ற பெண்கள் சுதந்திரமாக நடமாடுவதையும், குளிப்பதற்கு ஆற்றுக்குச் செல்வதையும், பயமின்றிக் கோவில்களுக்குச் செல்வதையும் பார்த்த பிறகு கொஞ்சம் கொஞ்சமாக என் அச்சங்கள் தணிந்தன. இனி நீ யாருக்குப் பயப்பட வேண்டியிருக்கிறது? என்று அவர்கள் என்னிடம் கேட்டார்கள். உனக்குப் பிடித்துத்தான் இந்தத் தொழிலைச் செய்கிறாய் என்று அரசாங்கத்திடம் சொன்ன பிறகு, உன்னை யார் மிரட்டப்போகிறார்கள்? ஒரு ஆட்டக்காரிக்கு வெட்கம் ஆகாது.

ராணி மாஷி, "உன் அப்பாவைப் பொறுத்தவரை நீ செத்துப்போய்விட்டாய், உன்னை அவர் இனி வீட்டுக்குள் விடப் போவதில்லை, நீயும் அவரிடம் போகப் போவதில்லை, பிறகேன் உன் அப்பாவைப் பார்த்துப் பயப்படுகிறாய்?" என்று கேட்டாள். அதற்கு நான், "என்ன இருந்தாலும் தன் மகள் இப்படியொரு வெட்கக்கேடான தொழில் செய்வதை எந்தத் தகப்பனால்தான் தாங்கிக்கொள்ள முடியும்?" என்றேன்.

ராணி மாஷியோ, "அவ்வளவு மனம் கஷ்டப்படுபவராக இருந்தால் அவர் தன் மகளை வீட்டுக்குக் கூட்டிப் போக வேண்டியதுதானே. இந்தப் பாதையை நீ தேர்ந்தெடுத்துவிட்டதால் இனி நீ புதுப்புது விஷயங்களைப் பார்க்கப் போகிறாயம்மா. மகள் தன் அப்பாவின் கண்ணெதிரிலேயே விபச்சாரத் தொழில் செய்வதைப் பார்ப்பாய். தன் வயிற்றில் பிறந்த பெண்ணை ஒரு தாயே ஒவ்வொரு நாள் ராத்திரியும் அலங்கரித்து வாடிக்கையாளர்களிடம் கூட்டிப்போய் விடுவதைப் பார்ப்பாய்.

விபச்சாரத் தொழில் செய்யும் பெண்ணின் குடும்பம் அவள் சம்பாத்தியத்தையே நம்பி வாழ்வதைப் பார்ப்பாய். நாங்கள் மட்டுமல்ல – சமுதாயமே இந்தப் பாதையில்தான் போகிறது" என்றாள்.

ராஜ்பாலாவும் நானும் பதில் பேசாமல் கேட்டுக் கொண்டிருந்தோம். ராணி மாஷி தொடர்ந்தாள், "யாருக்குத் தெரியும், உன் நந்தா தாதாவேகூட ஒரு ராத்திரி உன் அறைக் கதவைத் தட்டலாம். முகுல் தாதாகூட வரலாம். தப்பாக எடுத்துக்கொள்ளாதேம்மா. நான் சொல்வது பச்சை உண்மை. என்றாவது ஒருநாள் என் அறையில் உன் அப்பாவை நீ பார்ப்பதற்கான வாய்ப்பும் உண்டு" என்றாள்.

நானும் ராஜ்பாலாவும் சங்கடத்துடன் தலைகுனிந்து கொண்டோம். ராணி மாஷி பேசிக்கொண்டே போனாள். "என்னவென்று உங்களுக்குச் சொல்வேன், அன்றொரு நாள் ராம்பாகனில் இருந்து ஒரு பெண் வந்தாளே, அவள் கதையைக் கேட்கிறீர்களா? அவள் அப்பாவின் பெயர்.......................... பட்டாசார்யா; கல்கத்தாவில் இருக்கும் காலேஜ் ஒன்றில் பெயர் பெற்ற புரொபஸர் அவர். இப்போது வயதாகி ஓய்வு பெற்ற பிறகு, ராம்பாகனில் தனது ஆசை நாயகியின் மகளையே வைத்துக்கொண்டாராம். ஏனென்றால் அவருக்கு அவள் மீது காதல் வந்துவிட்டதாம். நிலைமை இப்படித்தான் இருக்கிறது. இதுபோல எவ்வளவோ பார்த்துவிட்டேன், எவ்வளவோ கேட்டுவிட்டேன், இனி நீங்களும் பார்ப்பீர்கள்."

ஒருநாள் எங்களில் ஒருத்தி அவள் அறையில் இருந்த ஒரு படத்திற்கு மாலை போடுவதைப் பார்த்தோம். அவள் எங்களை விட வயதானவள். ஆனால் அழகு குலையாமல் இருந்தாள். "யார் படம் இது?" என்று அவளிடம் கேட்டோம். பிரம்ம சமாஜத்தின் முக்கிய ஆச்சாரியார்களில் ஒருவரான சிவ்நாத் சாஸ்திரி[2]யின் படம் என்றாள். நான் ஆச்சரியத்தில், "ஓ, சிவ்நாத் சாஸ்திரியா, இவருடைய கவிதைகளைப் பள்ளியில் படித்திருக்கிறோம்" என்றேன்.

என் அப்பா இவரைப் பற்றி அடிக்கடி சொல்லக் கேட்டிருக்கிறேன். "சிவ்நாத் சாஸ்திரியின் படத்தை ஏன் உன் அறையில் வைத்திருக்கிறாய்?" என்று அவளிடம் கேட்டேன். அவள், "எனக்குப் பதினேழோ பதினெட்டோ வயதிருந்தபோது, ஒரு நடுவயது விபச்சாரப் பெண்மணி எனக்கு ஆதரவளித்து அவளுடன் வைத்துக்கொண்டாள். அவளுக்கு இரண்டு சின்னச்

2. பண்டிட் சிவ்நாத் சாஸ்திரி (1848–1919): வங்காளச் சீர்திருத்தவாதி, எழுத்தாளர். ஸாதாரண் பிரம்ம சமாஜத்தின் மூலவர்களில் ஒருவர்.

சின்ன மகன்கள் இருந்தனர். அவளுடைய பாபு அவளுக்கென்று ஒரு வீட்டைப் பரிசாகக் கொடுத்திருந்தார். என் இளமையையும் அழகையும் விற்றுப் பணம் பண்ணும் நோக்கத்தில் என்னை அவளுடன் வைத்துக்கொண்டாள். அவளொரு சம்பதாலா தச்சரின் மகள். ஏழு வயதிலேயே விதவையானவள். வித்தியாசாகர் மகோஷாயும்[3] சிவ்நாத் சாஸ்திரியும் அவளுக்கு மறுமணம் செய்து வைக்க விரும்பினர். ஆனால் சிலபல காரணங்களால் அது நடக்காமல் போய்விட்டது. அவள் சிறுவயதில் சிவ்நாத் சாஸ்திரியைத் "தாதா" என்று அழைப்பாள். சந்தர்ப்பச் சூழ்நிலைகள் காரணமாக அவள் கடைசியில் விபச்சாரத்துக்குள் வந்துவிட்டாள். என்னை அவள் பாதுகாப்பின்கீழ் எடுத்துக் கொண்ட பிறகு சிவ்நாத் சாஸ்திரி ஒருநாள் அவளைப் பார்க்க வந்திருந்தார். விபச்சாரத்தை விட்டுவிடும்படி அவளுக்கு மனப்பூர்வமாக அறிவுறுத்தினார். ஆனால் பயனில்லை. அவள் இறப்பதற்குக் கொஞ்ச நாள் முன்பு அதற்காக வருந்தினாள். அப்போது நான் அவள் வீட்டில்தான் இருந்தேன். அவளை நான் "மா" என்று அழைப்பது வழக்கம். அவள் அந்த நேரத்தில்தான் இந்தப் புகைப்படத்தை வாங்கினாள். தினமும் இதைப் பூக்களால் அலங்கரித்து இதன் முன் பிரார்த்திப்பாள். அவள் சாகும் முன்பு, நான் உயிருடன் இருக்கும்வரை இதைத் தொடர்ந்து செய்ய வேண்டும் என்று என்னிடம் சத்தியம் வாங்கிக்கொண்டாள். அவள் இறந்த பிறகு அவள் மகன்கள் வீட்டை எடுத்துக்கொண்டு என்னை விரட்டிவிட்டதால் இதோ இப்படி வாழ்ந்து கொண்டிருக்கிறேன்" என்றாள்.

"விபச்சாரி ஒருத்தியின் வீட்டுக்கே சென்று அவளைத் தீமையிலிருந்து விடுவிக்க சிவ்நாத் சாஸ்திரி போன்ற ஒரு உன்னதமான ஆத்மா அருவருப்பு கொள்ளவில்லையா?" என்று கேட்டேன்.

படத்தை வணங்கிவிட்டு அவள், "விபச்சாரம் செய்து கொண்டிருந்த பல பெண்களை மீட்டெடுத்து அவர்களுக்குத் தூய்மையான வாழ்க்கையை அளித்திருக்கிறார் அவர். டாக்காவைச் சேர்ந்த ஒரு விபச்சாரியின் மகளான லட்சுமி மணியை அவர் எப்படி மீட்டு வந்து ஒரு பிரம்மோ இளைஞனுக்கு மணம் முடித்துக் கொடுத்தார் என்று சொல்லக் கேட்டிருக்கிறேன்" என்றாள்.

---

3. வித்தியாசாகர் மகோஷாய்: ஈஸ்வர சந்திர வித்தியாசாகர் (1820–1891). பத்தொன்பதாம் நூற்றாண்டின் சீர்திருத்தவாதிகளில் முக்கியமானவர். வங்க மொழிக்கான பால பாடங்களை எழுதியவர். கைம்பெண் மறுமணம், பெண் கல்வி ஆகியவற்றிற்காகப் பாடுபட்டவர்.

நான் சொன்னேன், "இப்போது பிரம்ம சமாஜத்தின் நிலையைப் பார். அதில் சேரவேண்டுமென்று ஒருநாள் அங்குப் போனோம், ஆனால் அவர்கள் எங்களை ஏற்றுக்கொள்ள வில்லை. ஹேரம்பா பாபு என்ற யாரோ ஒருவர் (அவர் பெயர் ஹேரம்பசந்திர மைத்ரா என்று பிறகு தெரிந்துகொண்டேன்.) நாங்கள் மோசமான பெண்கள் என்று திருப்பி அனுப்பிவிட்டார். அவர் கால்களைத் தொட்டு வணங்கக்கூட எங்களை அவர் விடவில்லை. சிவ்நாத் சாஸ்திரி உயிருடன் இருந்திருந்தால் எங்களை இப்படி நடத்த விட்டிருக்கமாட்டார் என்று நம்புகிறேன்."

சுகாதாரமில்லாத குடிசையில் வசித்ததால் என் உடல்நிலை கொஞ்சம் கொஞ்சமாக மோசமடைந்தது. ராணி மாஷி சொன்னபடி நான் கர்ப்பமாகாமல் இருக்க ஒரு மாத்திரையைத் தொடர்ந்து சாப்பிட்டு வந்தேன் – இதனால் எனக்குப் பல நோய்கள் வந்தன. ராஜ்பாலாவும் அதைச் சாப்பிட்டாள்தான். ஆனால் அவளுக்கு ஒன்றும் ஆகவில்லை. நான் உடல் மெலிந்துபோய் பலவீனமடைந்தேன். உடல் முழுதும் ஒரே வலியும் நோவுமாக இருந்தது. என் உள்ளங்கால்களில் அருவருப்பான தடிப்புகளும் என் முகம் முழுக்கப் புண்களும் வந்தன. உடனடியாக என்னை மருத்துவமனையில் சேர்க்காவிட்டால் என் உயிருக்கே ஆபத்து வந்துவிடும் என்று ராணி மாஷி சொன்னாள்.

உயிர் பிழைக்கும் நம்பிக்கையே எனக்குப் போய்விட்டது. படுக்கையில் விழுந்து அழுது அழுது என் தலையணை நனைந்தது. இந்த நேரத்தில் நோயில் விழுந்ததால் சாவதும்கூடச் சந்தோஷமான முடிவுதான் என்று நினைத்துக்கொண்டேன். எனக்கென்று நண்பர்களோ குடும்பமோ கிடையாது. மற்ற பெண்களோ அவரவர் வேலையில் மும்முரமாக இருந்தனர். பொழுது சாய்ந்ததும் ஒவ்வொருவரும் அவரவர் வீட்டு வாசலில் வரிசையாக நிற்க வேண்டும், தொழிலுக்காக. தூங்காமல் இரவு முழுதும் குடியும் கும்மாளமுமாய் இருந்துவிட்டுக் காலை எட்டுக்கோ ஒன்பதுக்கோதான் எழுந்திருப்பார்கள். இதில் என்னைக் கவனிக்க யாரால் முடியும்? சேற்றில் புரளும் பன்றிகள் போலத்தான் நாங்கள். எனக்குச் சாவு நெருங்கிவிட்டது என்று முடிவே கட்டிவிட்டேன்.

ராணி மாஷியும் ராஜ்பாலாவும் என்னை மருத்துவமனைக்குக் கூட்டிச் சென்றார்கள். மூன்று மாதங்களுக்குப் பிறகு நான் குணமடைந்து திரும்பியபோது, என்னிடம் நயா பைசா இல்லை.

7

சமூகத் திரை

பிருந்தாவனத்தில் இருந்தபோது மகந்த் என்னிடம் சொன்னார், "உனக்கு உண்ண உணவும் இருக்க இடமும் கிடைப்பதில் குறையேயிருக்காது." அவர் சொன்னது சரிதான் என்பதை என் அனுபவத்தில் பலமுறை பார்த்துவிட்டேன். வறுமையின் பிடியிலிருந்து தப்பிப்பது அப்படியொன்றும் கஷ்டமில்லை. ஆனால் ஆசைகளின் கொடுந்தாக்குதலில் இருந்துதான் நம்மை யாராலும் காக்க முடிவதில்லை. அத்துடன், இந்த அரக்கனின் வாய்க்குள் நம்மைத் தள்ளிவிடும் ஆட்களுக்கும் பஞ்சமில்லை.

ராணி மாஷி இப்போது என்னை அவள் வீட்டுக்கே கூட்டிப் போய்விட்டாள். அங்கே முதல் தளத்தில் ஒரு விசாலமான அறை எனக்குக் கிடைத்தது. இதுபோன்ற கருணை பொங்கும் செயல்கள்தான் நம்மை அழிவை நோக்கி இட்டுச் செல்கின்றன என்று அப்போது எனக்குத் தெரியவில்லை.

நான் படித்த படிப்பிற்குக் குழந்தைகளுக்கு வீட்டிலேயே பாடம் சொல்லிக் கொடுத்திருக்கலாம் அல்லது டெலிபோன் ஆபிஸில் வேலை செய்திருக்கலாம். செவிலியாகவோ இசை கற்பிக்கும் ஆசிரியராகவோ ஆகியிருக்கலாம். ஆனால், இதுபோன்ற நேர்மையான வழிகளில் சம்பாதிக்க வேண்டுமென்ற ஆசையை யாரும் எனக்குள் விதைக்கவுமில்லை அதற்கான வாய்ப்பை எனக்கு ஏற்படுத்திக் கொடுக்கவுமில்லை. அதற்குப் பதிலாக, என் அழகையும் இளமையையும் விற்பனைக்கு வைக்க வேண்டுமென்ற ஒழுக்கக்கேடான ஆர்வத்தைத்தான் ராணி மாஷி எனக்குள் தூண்டி விட்டாள்.

நான் "என் உடல் குலைந்துபோயிருக்கிறது, ராணி மாஷி. கை கால்கள் தளர்ந்திருக்கின்றன. தலைமுடியில் மினுமினுப்பு போய்விட்டது. இனியும் என்னால் இந்தத்தொழில் செய்து பிழைக்க முடியுமா?" என்று கேட்டேன். அதற்கு ராணி மாஷியோ, "ஒரு விபச்சாரியின் முக்கியமான சொத்து அவளது அழகு கிடையாது. இந்தக் கேடுகெட்ட ஆண்கள் தோற்றத்தால் கவரப்படுவதில்லை. விபச்சாரிகளிலேயே மிகவும் அவலட்சணமானவள் இங்கிருக்கும் அழகிகளைவிட அதிகம் சம்பாதிப்பதைப் பார்க்க முடியும். அதனால்தான் மனதின் ஆசைகளுக்குக் கணக்கு வழக்கில்லை என்பார்கள். இருட்டிய பிறகு விபச்சாரிகளின் வீடுகளைத் தேடியலையும் ஆண்களின் கண்களைக் காமதேவன் மறைத்து விடுகிறான்." என்றாள்.

ராணி மாஷி எனக்குப் பல வித்தைகளைக் கற்றுக் கொடுத்தாள்; எப்படி உடுத்த வேண்டும், எப்படி நிற்க வேண்டும், பேசும் விதம், நடந்துசெல்லும் முறை என்று ஆண்களைக் கவரும் அனைத்து நீக்குபோக்குகளையும் எனக்குச் சொல்லித் தந்தாள். எனக்குள் துன்பமோ துயரமோ இருந்தாலும்கூடப் போவோர் வருவோரைப் பார்த்து இளிக்க வேண்டும். பாசாங்கு என்றே தெரியாதபடி குலுக்கி மினுக்கிக் காட்ட வேண்டும். என் காதலன் குடிகாரனாக இருந்தால் நானும் சாராய கிளாஸை என் உதட்டருகே வைத்து, மிடறு மிடறாக விழுங்குவதைப் போல நடிக்க வேண்டும். காமாந்தகன்களாக இருந்தால் அவனவன் விருப்பப்படி உடல் சுகத்தைக் கொடுக்க வேண்டும். இந்தப் பாசாங்குக் கலையைப் பழகிக்கொண்ட போது எனக்குள் ஒரு புதிய மானதா பிறந்ததைப்போல எனக்குத் தோன்றியது.

நான் நன்றாகப் பாடுவேன். முன்பே சொன்னதுபோல் என் குரல் இனிமையானது. விபச்சாரிகளுக்கு இது ரொம்பவே உபகாரமான கலை. எனக்கு இசை கற்றுக்கொடுக்க ராணி மாஷி ஒரு உஸ்தாதை நியமித்தாள். அவர் சொன்னார், "இந்த தேசபக்திப் பாட்டு, பக்திப் பாட்டெல்லாம் இங்கே வேலைக்கு ஆகாது. விபச்சாரிகளுக்கு லபேட்டாவோ கஜலோதான் சரி. இல்லையென்றால் பாரம்பரிய காயலோ தும்ரியோ பாடலாம். சில கீர்த்தனைகளையும் படித்துக்கொள்." மூன்று நான்கு மாதங்களில் இவற்றில் பலதையும் நல்லபடியாகக் கற்றுக் கொண்டேன். கீர்த்தனைகள் படிக்க மட்டும் நேரம் எடுத்தது.

பாசாங்குக்கலைகளோடு சேர்த்து ஆண்களை எடை போடவும் கற்றுக்கொள்ள வேண்டியிருந்தது. ஒருவனுடைய முகத்தைப் பார்த்தே அவன் என்னிடமிருந்து திருடப் பார்க்கிறானா அல்லது மோசமான நோய் பீடித்தவனா அல்லது நல்லவனா கெட்டவனா என்று சொல்ல முடிய

வேண்டும். விபச்சாரிகளைக் கொள்ளையடிப்பதோடு அவர்களைக் கொன்றுவிடும் ஆண்களும் உண்டென்பதால் நானும் சில சமயங்களில் பிரச்சினைகளில் சிக்கியதுண்டு. உயிரைப் பணயம் வைத்துத்தான் ஒரு விபச்சாரி தனது தொழிலைச் செய்யவேண்டியிருந்தது. வெறும் இரண்டோ ஐந்தோ ரூபாய்க்கு முன்பின் தெரியாத ஒருவனை அவள் தன் அறைக்குள் நுழையவிடவேண்டும் – அந்தத் துரோகியோ அவளைக் கத்தியால் மார்பில் குத்திச் சாகடித்துவிட்டு அவளது நகைகளைத் திருடிக்கொண்டு அங்கிருந்து தப்பியோடி விடலாம். தாங்கள் செய்யும் பாவ காரியத்துக்கான தண்டனை இப்படியும் கிடைக்கலாம் என்பது விபச்சாரப் பெண்களுக்கும் தெரியாமலில்லை.

நகரத்தின் புகழ்பெற்ற டாக்டர் ஒருவர் என்னிடம் வந்துபோவதுண்டு. திருமணமாகாதவர் போல் தெரிந்தார். அவரால் எனக்கு நல்ல லாபம். சிறந்த மருந்துகள் கொடுத்தார். அவர் மிகச் சிறந்த மருத்துவர். அவரைப் போன்ற ஒருவரிடம் பணம் கொடுத்துச் சிகிச்சை பெறுவதென்பது என் சக்திக்கு மீறிய விஷயம். என்னுடன் அவர் இரண்டு மூன்று மணி நேரம் செலவழிக்கும் போதெல்லாம் எனக்குப் பத்தோ இருபதோ ரூபாய் கொடுப்பார். சில சமயங்களில் அவர் காரில் மாலைவேளை களில் என்னை வெளியே கூட்டிப்போவதும் உண்டு – கிராண்ட் ஹோட்டலைச் சுற்றியோ, கங்கை நதிக்கரையிலோ, ஈடன் தோட்டத்திலோ நாங்கள் உலா போய்விட்டு ராத்திரி நீண்ட நேரம் கழித்தே திரும்புவோம். அப்போது அவர் எனக்கு ஐம்பது ரூபாய் தருவார். அவரது தாராள மனதால் மாதந்தோறும் எனக்குக் கிட்டத்தட்ட இருநூறு ரூபாய் கிடைத்தது.

ராணி மாஷி என்னை எச்சரிப்பதுண்டு. "உன்னால் முடிந்தவரை சம்பாதித்துக் கொள்ளம்மா. உன் வயதை ஞாபகம் வைத்துக்கொள். இப்போது சேமித்து வைத்துக் கொள்ளவில்லையென்றால் பின்னால் கஷ்டப்படுவாய். உனக்கே தெரியும் இந்தத் தொழிலில் யாருக்கும் நண்பர்கள் கிடையாது. பணம் மட்டும்தான் நம்மிடம் இருக்கும்." டாக்டர் எனக்குத் தாராளமாகப் பணம் கொடுத்ததால் மற்ற வாடிக்கையாளர்களை நான் பெரிதாகக் கண்டுகொள்ளவில்லை. ஆனால் ராணி மாஷிக்கு நன்றாகவே தெரியும், டாக்டர் ரொம்ப நாட்கள் என்னுடன் இருக்கமாட்டாரென்பது. அவளது யூகம் தவறவில்லை.

அந்த ஆண்டு, 1915இல், ஐப்பசி மாதத்தின்போது கிழக்கு வங்காளத்தை ஒரு பெரும் சூறாவளி தாக்கியது. அதில் பலர் உயிரிழந்தனர். வீடுகளும் தோட்டங்களும் பயிர்களும் நாசமாகின. மக்களின் துன்பத்தைப் போக்கக் கல்கத்தாவில் ஒரு நிவாரண நிதி

தொடங்கப்பட்டது. புகழ்பெற்ற பாரிஸ்டர்களான பியோம்கோஷ் சக்ரவர்த்தியும் சித்தரஞ்சன் தாஸும்[1] (இப்போது இருவரும் மறைந்துவிட்டனர்) சேர்ந்து இந்த உன்னதப் பணியை வழிநடத்திச் சென்றனர். அவர்களின் முயற்சியால் ஆயிரக்கணக்கான பணம் வசூலானது. இளைஞர்கள் தெருவில் ஊர்வலம் போய், பாட்டுப் பாடிப் பணம் சேகரித்தனர். அவர்கள் விபச்சார விடுதிகளுக்கும் வந்தார்கள். எங்களால் எவ்வளவு முடியுமோ அவ்வளவு கொடுத்தோம்.

ஒருநாள் டாக்டர் பாபு என்னிடம், “மானி, நீங்கள் எல்லோரும் சேர்ந்து ஒரு தொகையை வசூலித்து கிழக்கு வங்க சூறாவளி நிதிக்குக் கொடுத்தால் மிஸ்டர் சி.ஆர்.தாஸ் ரொம்பவே மகிழ்ந்து போவார். சமூகத்தின் எல்லா மட்டத்தினரும் இந்த உன்னதப் பணியில் பங்கெடுக்க வேண்டுமென்று அவர் ஆசைப்படுகிறார். உன்னால் இதைச் செய்ய முடியுமா?” என்று கேட்டார்.

அதற்கு, “நான் இந்தத் தொழிலுக்குப் புதிது. இங்கிருக்கும் எல்லோரையும் எனக்குத் தனிப்பட்ட முறையில் தெரியாது. நீங்கள் உதவினால் என்னால் முடிந்தவரை முயல்கிறேன்” என்றேன். அவர், “எனக்கு ராம்பாகன், சோனாகாச்சி, புல்பாகனில் இருக்கும் சில பெண்களைத் தெரியும். நாடக நடிகைகளையும் சேர்த்துக்கொள்ளலாம்” என்றார்.

என் டாக்டர் மிஸ்டர் சி.ஆர். தாஸுக்கு ஏற்கனவே அறிமுகமானவர். அவராலும் அவர் நண்பர்களின் முயற்சியாலும், அந்த நிவாரண நிதிக்கு விபச்சாரத் தொழில் செய்யும் பெண்கள் கொடுத்த தொகை ஆயிரம் ரூபாயைத் தாண்டியது. நான் ஈடுபட்ட முதல் பொதுக் காரியம் இதுதான். மிஸ்டர் சி.ஆர்.தாஸின் அருள்கரம் என்மீது படவும் இதுவே வாய்ப்பளித்தது. நாங்கள் ரூபாய் நோட்டுக் கத்தையை அவர் பாதத்தில் வைத்து வணங்கியபோது மகிழ்ச்சியில் அவர் கன்னங்களில் கண்ணீர் வழிந்தோடியது. எங்கள் தலைகளைத் தொட்டு ஆசீர்வதித்தார். ஏன் அவரைத் “தேசபந்து” என்று அழைக்கிறார்கள் என்று எனக்கு அப்போது புரிந்தது.

ஒருநாள் ராஜ்பாலாவின் அறைக்குப் போனபோது, அழகான, விலையுயர்ந்த மரச் சாமான்களால் அறை நிறைந்திருப்பதைக் கண்டேன். புதிய கட்டிலும், சுவர்க் கண்ணாடியும், புத்தக அலமாரியும் அறையை அலங்கரித்தன. படுக்கைக்குப் புத்தம் புதிய மெத்தை. அவளும்கூடப் புதுப் புது நகைகள் அணிந்திருந்தாள்.

---

1. சித்தரஞ்சன் தாஸ்: தேசபந்து என்று பாசத்துடன் அழைக்கப்பட்ட சித்தரஞ்சன் தாஸ் (1870–1925), வங்காளத்தில் முன்னணி வழக்கறிஞராக இருந்தவர்; விடுதலைப் போராட்ட வீரர். பெண்கள் முன்னேற்றத்திற்காகப் பாடுபட்டவர்; சுயராஜ்யக் கட்சியின் நிறுவனர்களில் ஒருவர்.

ராஜ்பாலா ராணி மாஷியின் கடனை அடைத்துவிட்டதோடு, அவளுக்கெனக் கொஞ்சம் பணமும் சேர்த்து வைத்திருந்தாள். குடிசையில் வசிக்கும் ஒரு விபச்சாரியால் இவ்வளவு சம்பாதிக்க முடியுமென்று எனக்குத் தெரியாது. எப்படி இது முடிந்தது என்று அவளைக் கேட்டேன். அதற்கு அவள், "விபச்சார விடுதிக்கு எல்லா வகையான ஆட்களும் வருவார்கள். பணக்கார ஜமீன்தாரர்களின் மகன்கள் தங்கள் நண்பர்களோடு விபச்சாரிகளிடம் வெளிப்படையாகவே போவதுண்டு. சமூகம் என்ன நினைக்கும் என்றெல்லாம் அவர்கள் பயப்படு வதில்லை. இஷ்டப்படி குடித்துவிட்டு ஆட்டம் போடுவார்கள். அப்படிப்பட்டவர்கள் இந்த எளிய குடிசைகளில் கால் வைக்க மாட்டார்கள் – அவர்கள் ராம்பாகனுக்கோ சோனாகாச்சிக்கோ போவதுதான் வழக்கம். அதேசமயம் இன்னொருவகை காமாந்தக ஆட்கள் இருக்கிறார்கள். இவர்கள் சமூகக் கட்டுப்பாடுகளுக்கு அஞ்சுபவர்கள். தங்களின் உயர் அந்தஸ்துக்கு இழுக்கு வரவிடாதவர்கள் – இப்படிப்பட்டவர்கள் விபச்சார விடுதி களுக்குத் தனியாகத்தான் போவார்கள், கள்ளத்தனமாக. ஆசையை அடக்க முடியாமல் வருபவர்கள் இவர்கள். இசையோ பாட்டோ வேறெந்த பொழுதுபோக்கோ இவர்களுக்குத் தேவை யில்லை. இரகசியமாக வந்து இரகசியமாகப் போய்விடுவதன் மூலம் தங்களின் சமூகக் கௌரவத்தையும் புகழையும் காப்பாற்றிக் கொள்வார்கள். கவிஞர்கள், எழுத்தாளர்கள், சமூகச் சீர்திருத்தவாதிகள், வக்கீல்கள், பள்ளி ஆசிரியர்கள், கல்லூரிப் பேராசிரியர்கள், தலைவர்கள், அவர்களின் உதவியாளர்கள், மூத்த அரசு அதிகாரிகள், பிரம்மோக்கள், பிராமணர்கள், பண்டிதர்கள், புரோகிதர்கள், மடாலய அதிபதிகள், ஆன்மீக அதிபர்கள் – இவர்களெல்லாம் இந்த வகையினர்தான். உயர்நீதிமன்றத்தின் பிரபல வக்கீல் ஒருவர் என்னிடம் அடிக்கடி வந்து போகிறார். உயர்ந்த சாதியைச் சேர்ந்தவர்.

அவர் பெயர் ……………… கொஞ்சம் வயதானவர். எனக்கு நிறைய பணம் தருகிறார். ஒருநாள் அவரிடம் விளையாட்டாக, 'உங்களுக்கு உயர்நீதிமன்றத்தில் கௌரவமான பதவி கிடைக்கும்' என்றேன். நான் சொன்னது பலித்து அவருக்குப் பெரிய பதவி கிடைத்தது. அவருக்கு ஒரே சந்தோஷம். இந்தப் பொருட்களையெல்லாம் அவர்தான் வாங்கிக் கொடுத்தார். இதோ இந்த விலையுயர்ந்த மோதிரம்கூட அவர் கொடுத்த பரிசுதான்."

மாலை முழுவதையும் பேசியே கழித்தோம். நான் அங்கிருந்து கிளம்பியபோது ஒருவர் உள்ளே நுழைந்தார். ராஜ்பாலா அவரை அன்போடு வரவேற்றாள். வெளியே வந்த நான் அவளிடம், "யாரிவர், பார்க்கப் பிராமணப் பண்டிதர் போல் இருக்கிறாரே"

என்று குசுகுசுத்தேன். ராஜ்பாலா, "இவர் என் பாபுக்களில் ஒருவர். ரொம்பப் புகழ்பெற்ற பேராசிரியர். "மகாமஹோபாத்யாய" பட்டம் பெற்றவர். சமீப நாட்களாக இவருக்கு என்மீது மோகம். என்ன ஒரே குறை – ஒவ்வொரு இரவும் இவருக்குப் புதியது வேண்டும். விபச்சாரிகள் எல்லோருக்கும் இவரை நன்றாகத் தெரியும். நமது குடிசைகளுக்கும் இவர் அடிக்கடி வந்து போவதுண்டு. என்னால் முடிந்தவரை காசைக் கறந்து கொள்கிறேன். இங்கு வருவதை எப்போது நிறுத்திக்கொள்வாரென்று தெரியாதே" என்றாள்.

சில நாட்களுக்கு முன்பு காளிதாஸி ஹர்கட்டா லேனில் இருந்து ராம்பாகனுக்குப் போய்விட்டாள். அங்கே பணக்கார வியாபாரி ஒருவன் கிடைத்திருந்தான். ஒருநாள் அவளுடைய புது வீட்டுக்குப் போயிருந்தேன். இரண்டாவது மாடியில் இரண்டு பெரிய பெரிய அறைகள் – ஒன்று வரவேற்பறை. மற்றொன்று படுக்கையறை – அந்த வீடு அவளது செல்வச் செழிப்பைப் பறைசாற்றியது. மின்சார விளக்குகள், மின்விசிறிகள், அலங்கார மான படுக்கை, புத்தக அலமாரிகள், பிரம்மாண்டமான கண்ணாடி, ஓவியங்கள், பளிங்கு மேஜை, லினோலிய மெழுகு பூசிய தரை, பால்வெண்மை படுக்கை விரிப்பின் மேல் மெத்துமெத்தென்ற தலையணைகள், வெற்றிலைத்தாம்பூலம் பரிமாற வெள்ளித் தாம்பாளங்கள், பளபளக்கும் ஆஷ்டிரேக்கள். கிருஷ்ணா நகரின் அழகிய மண் பொம்மைகள் அலமாரிகளை அலங்கரித்தன. இரத்தினங்கள் பதித்த நகை மூன்று செட்கள் வைத்திருந்தாள். இரண்டு செட்களை உள்ளே வைத்துவிட்டு ஒன்றை அணிந்துகொண்டிருந்தாள். வெளியே போவதென்றால் பனாரஸ் பட்டு ரவிக்கையும், பட்டுச் சேலையும்தான். வீட்டில்கூட அவள் விலையுயர்ந்த ஷாந்திபூர் பட்டுச் சேலைகளையே அணிந்தாள். உணவுக்கும் உடைக்குமே அவளுடைய வியாபாரி பாபு மாதம் முன்னூறு ரூபாய் தருகிறாராம்.

இரண்டு மூன்று மாதங்களுக்கு அந்த அலாவுதீனின் அற்புத விளக்கு காளிதாஸியின் வசம் இருந்தது. அவளுடைய நிலையைப் பார்த்து நான் வியந்துபோனேன். எனக்கு நம்பிக்கை வந்தது. எனக்குள் இருந்த பிசாசு, "உனக்கும் இதுபோல் அதிர்ஷ்டம் அடிக்கும்" என்று சொல்லிக்கொண்டே இருக்க, நான் அந்த மாயையின் பின்னால் ஓட ஆரம்பித்தேன்.

காளிதாஸி அழகி என்று நான் முன்பே சொல்லியிருந்தேன். இந்த வசதியான வாழ்க்கை அவள் அழகை இன்னும் கூட்டி விட்டது. கிராமத்தில் இருந்து வந்தவளாக இருந்தாலும் அவள் நன்றாகப் பாடுவாள். அவளுக்கு நான் சில பாடல்களைக் கற்றுக்கொடுத்திருந்தேன். இந்த வீட்டில் இவளுக்கொரு அம்மா இருந்தார். காளிதாஸி சொன்னபடி பார்த்தால்,

அந்தப் பெண்மணிதான் இவளுக்காக அந்த வியாபாரியைப் பிடித்துத் தந்து, ஹர்கட்டா லேனில் இருந்து இவளை ராம்பாகனுக்குக் கொண்டு வந்திருக்கிறாள். காளிதாஸி என்னையும் இங்கே வந்துவிடச் சொன்னாள். நான் அதற்கான வாய்ப்பைத் தேட ஆரம்பித்தேன்.

ராணி மாஷியிடம் வாங்கிய கடனின் பெரும்பகுதியைத் திருப்பிச் செலுத்திவிட்டேன், எனக்கு வேறெந்த கடனும் கிடையாது. எனக்கெனப் போதுமான தட்டுமுட்டுச் சாமான்களும் இருந்தன. இந்தச் சமயத்தில்தான் வங்கியொன்றில் முக்கியப் பதவியில் இருந்த ஒரு இளம் பிராமணருடன் எனக்குப் பழக்கம் ஏற்பட்டது. அவர் பெயர், ... பாத்யாய. இரண்டு மூன்று முறை வந்துபோன பிறகு அவருக்கு என்மீது தனி ஈர்ப்பு இருப்பது தெரிந்தது, குறிப்பாக என் பாடல்களில் மயங்கிப்போயிருந்தார்.

என்னை வேறெங்காவது இடம்மாறச் சொன்னார், “உன்னை இன்னும் நல்ல நிலையில் வைத்துக்கொள்ள விரும்புகிறேன். இந்த ஹர்கட்டா லேன் பண்பானவர்களுக்கு ஏற்ற இடம் கிடையாது, குணங்கெட்டவர்களின் கூடாரம் இது.” நான் யோசித்தேன், “ஒரு விபச்சாரி அவளுக்கான ஆண்களைத் தேர்ந்தெடுப்பதில் கறாராக இருந்தால் என்னாகும் என்று நினைத்துப் பாருங்கள். எங்களின் இந்த உலகத்திலுமா சாதியமைப்பு இருக்கிறது?” என் டாக்டர் பாபுவை இழக்க மனமில்லாததால் நான் அதற்கு ஒப்புக்கொள்ளவில்லை. அந்த உண்மையை மறைத்துவிட்டு “நான் இன்னும் சில கடன்களை அடைக்க வேண்டியிருக்கிறது. வீட்டு எஜமானிக்கும் கொஞ்சம் பணம் தரவேண்டும். வேண்டுமானால் இன்னும் மூன்று நான்கு மாதங்கள் கழித்து இங்கிருந்து போகலாம்” என்றேன்.

சில சமயங்களில் வங்கி அதிகாரி தனது ஒன்றிரண்டு நண்பர்களுடன் வந்து என் அறையில் இரவைக் கழிப்பார். அவர்களில் சிலர் கொஞ்சம் குடிப்பதும் உண்டு. ஆனால் அவர்களில் யாருமே மொடாக்குடியர்கள் கிடையாது. நான் எப்போதாவது அவர்களுக்கு இறைச்சி, மீனுடன் சுவையான லுச்சி பூரியோ பராத்தாவோ சமைத்துக் கொடுப்பேன். இப்படியாக நாங்கள் மேலும் மேலும் நெருக்கமானோம். என்னுடைய இந்த பாபு வெற்றிலைத் தாம்பூலத்துக்கு அடிமை. தங்கம்,வெள்ளித் தாளில் சுற்றப்பட்ட விலையுயர்ந்த தாம்பூலத்தை எப்போதும் மென்று கொண்டிருப்பார். மென்மையான ரசனைகள் கொண்டவர்.அவருக்கென ஒரு பெரிய, அழகான கார் கொடுக்கப்பட்டிருந்தது.என்னைப் பார்க்க அதில்தான் வருவார். இந்தக் காரில் நாங்கள் பலமுறை ஒன்றாகச் சவாரி சென்றிருக்கிறோம்.

சில நேரங்களில் நான் எனது இந்த இரண்டு வாழ்க்கையையும் சமமாகச் செலுத்த முயன்றேன். ஆனால் அது முடியவில்லை. எனக்கு இன்னொரு காதலர் இருந்ததை டாக்டர் பாபு கண்டுபிடித்துவிட்டார். அவர் வருவது குறைந்துபோய், ஒருகட்டத்தில் முற்றிலுமாக நின்றே போனது. என்னுடைய .... பாத்யாய பாபு நான் இடம்மாற வேண்டுமென்று இப்போதும் வற்புறுத்திக் கொண்டிருந்ததால், வாங்கியிருந்த கடனை அடைக்கவேண்டுமென்று கூறி அவரிடமிருந்து ஐந்நூறு ரூபாய் கறந்தேன். பொருட்களை இடம்மாற்ற ஆகும் செலவு என்று இன்னொரு இருநூறு கேட்டேன். அதையும் அவர் கொடுத்தார். ராம்பாகனில் இருந்த காளிதாஸியின் வீட்டுக்குப் பக்கத்திலேயே இரண்டு பெரிய அறைகள் கொண்ட ஒரு வீட்டுக்கு வாடகைக்குப் போனேன்.

என் முன்னாள் டாக்டர் பாபு இப்போது பேர்பெற்ற மருத்துவராக இருக்கிறார். நான் சொன்னதுபோல அப்போது அவருக்குத் திருமணம் ஆகியிருக்கவில்லை. நான் விபச்சாரத்தில் ஈடுபட்ட ஆரம்ப நாட்களில் திருமணமாகாத ஆண்களையே விரும்பினேன். ஏனெனில் பெண்டாட்டி என்று ஒருத்தி இல்லையென்றால்தான் அவர்கள் வந்துபோகும் விபச்சாரியிடம் ரொம்ப ஒட்டுதலாக இருப்பார்கள் என்று நினைத்தேன். ஆனால் எனது நீண்டகால அனுபவத்தில் இது பொய் என்று தெரிந்துகொண்டேன். பெண்டாட்டியை நேசிப்பவர்கள் தங்கள் வைப்பாட்டிகளையும் நேசிப்பதைக் கண்டேன். கல்யாணமாகாதவர்களோ நிலையில்லாதவர்கள். அவ்வளவு சீக்கிரத்தில் யாரோடும் அவர்களுக்கு மனம் ஒட்டுவதில்லை.

என் டாக்டர் பாபு எனக்குப் பிறகு பல பெண்களிடம் மோகம் கொண்டிருந்ததாகக் கேள்விப்பட்டேன். திருமணமான ஒரு பெண்ணிடம்கூடத் தகாத உறவில் இருந்தாராம். நாளிதழ்களில் இதுபற்றி என்னென்னமோ எழுதினார்கள். எது உண்மை என்று ஆண்டவனுக்குதான் வெளிச்சம்.

ராம்பாகனுக்குப் போன பிறகு என் நாட்கள் மகிழ்ச்சியாகவும் வசதியாகவும் கழிந்தன. ஆனால் முகுல் தாதா பற்றியோ கமலா பற்றியோ எந்தத் தகவலும் கிடைக்காததால் அவ்வப்போது என் மனம் வருந்தவும் செய்தது. என் அப்பா, தாய்மாமா அல்லது நந்தா தாதாவை எதிர் கொண்டுவிடுவேனோ என்று ரொம்பவே பயந்தேன். சொல்லப்போனால் அவர்களைச் சந்திக்கவே விரும்பவில்லை. ஆனால் கமலாவும் முகுல் தாதாவும் நான் இப்படி வாழத் தொடங்கியதை அறிந்தவர்கள். எனவேதான் அவர்களைப் பார்க்க ஏங்கினேன். ஒரு விபச்சாரியின் வாழ்க்கை எவ்வளவு ஆபத்தானது என்பதை இந்தக் குறுகிய

காலக்கட்டத்திலேயே நான் தெரிந்துகொண்டு விட்டேன். மற்றவர்கள் என்னை வெறுக்கலாம், தூற்றி ஒதுக்கலாம் – ஆனால் முகுல் தாதாவும் கமலாவும் என்னைக் கைவிட மாட்டார்கள் என்பதில் நான் உறுதியாக இருந்தேன்.

ராம்பாகனில் இருந்தபோது வாசிப்பை நோக்கி என் மனதைத் திருப்பினேன். புத்தகங்களுக்கு அலமாரியொன்று வாங்க என் பாபுவிடம் பணம் கேட்டேன். என் அறிவுத் தாகத்தைக் கண்டு மகிழ்ந்துபோன அவர், *பிரபாஷி, பாரத்பர்ஷா* ஆகிய மாத இதழ்களை எனக்காக வாங்கிக் கொடுத்தார். நாளிதழ்களை அவர் ஆபிஸில் இருந்தே கொண்டுவந்துவிடுவார். இசை, வாசிப்பு, பாபுவின் நேசம் போன்றவை ஏதோ கொஞ்ச காலத்துக்கு என் மனதுக்குப் பலம் கொடுத்தன.

அந்த நேரத்தில் இலக்கியத்தில் ஒரு சகாப்த மாற்றம் வந்து கொண்டிருந்தது. விபச்சாரப் பெண்களின் வாழ்க்கையுடன் அம்மாற்றத்துக்கு இருந்த நெருங்கிய தொடர்பைப் பற்றிச் சுருக்கமாகச் சொல்லிவிடுகிறேன். பங்கிம் சந்திர சட்டோபாத்யா யும் அவரது சமகால எழுத்தாளர்களும் விபச்சாரிகளைப் பற்றி வரைந்த சித்திரம் அப்பெண்கள் மேல் வெறுப்பைத்தான் உமிழ்ந்தன. கிருஷ்ணகாந்தரின் உயில், சந்திரசேகர் போன்ற நாவல்களில் வழிதவறிச் செல்லும் மனைவி கடுமையான தண்டனை பெறுகிறாள். அதைத் தொடர்ந்து மனம் திருந்துகிறாள் என்பதைத்தான் பார்க்கிறோம். உண்மையைச் சொல்வதானால், இதுநாள்வரை வந்த கதைகளில் ஒழுக்கங்கெட்டப் பெண் கதாப்பாத்திரங்களை மக்கள் விரட்டியடிப்பதாகவே சித்திரிக்கப்பட்டிருந்தன – அந்தப் பெண்களுடன் தொடர்பு வைத்துக்கொள்ள மக்கள் பயப்பட்டார்கள், வெட்கப்பட்டார்கள். அம்ரிதாலால் பாசுவின் *தருபாலா* நாடகத்திலும் இதைத்தான் பார்த்தோம். ஆனால் பிறகு, ரவீந்திரநாத் தாகூர் தன் கதைகளில் வரும் விபச்சாரி கதாப்பாத்திரத்தின் மேல் அனுதாபம் தோன்றும்படி வேறொரு கோணத்தைக் காட்டினார். அவர் மறைத்துச் சொன்னதைச் சரத்சந்திரா சட்டோபாத்யாய, நரேஷ் சந்திர சென்குப்தா உள்ளிட்ட இன்னும் சில இளம் எழுத்தாளர்கள் வந்து, மக்கள் இதுபோன்ற பெண்களிடம் இப்போதும் கவரப்படுவதை உடைத்துச் சொன்னார்கள். இவர்கள், "விபச்சாரப் பெண்கள் கற்பில்லாதவர்கள்தான், ஆனால் மனிதநேயம் இல்லாதவர்கள் அல்ல. வாழ்க்கையில் வழுக்கி விழுந்த இப்பெண்ணால் மனதாலும் எளியவளாய், பக்தியுடையவளாய், தெய்வசக்திக்கு அஞ்சுபவளாய், இரக்கமுள்ளவளாய், தாராள மனம் படைத்தவளாய் இருக்க முடியும் என்பதை எண்ணிப் பார்த்தால் அவள் ஏன் அவமதிக்கப்பட வேண்டும்? தவறு

சமுதாயத்தின் மீது இருக்கிறது. அந்தப் பெண் மீது அல்ல” என்றார்கள்.

இந்த நாவல்களும் இலக்கியப் படைப்புகளும் இதுவரை இல்லாத ஒரு உற்சாகத்தை இளம் ஆண் பெண்களிடையே தூண்டிவிட்டன. ஸ்ரீகாந்தா *ப்ரொமோன்கஹினி* வாசித்துவிட்டு ராஜலஷ்மி போன்ற ஒரு ஒழுக்கக்கேடான பெண்ணைத் தேடிச் சென்றனர். *ஷுபோ* வெளிவந்து அவர்களை ஷுபோ ஷோங்கினி போன்ற ஒரு நடிகையைத் தேட வைத்தது. பரோ பரே நாடகத்தின் சரஜூவைக் கண்டுபிடிக்கத் தவித்தனர். எனது இத்தனை ஆண்டுகால அனுபவத்தில், எண்ணிக்கையில் அதிகமாகிக் கொண்டுவரும் கெட்டுப்போன பெண்கள்வசம் வங்காள இளைஞர்கள் கொஞ்சம் கொஞ்சமாக வசப்படுவதைக் கண்டேன்.

புதிய இலக்கியவாதிகள் இந்த விபச்சாரப் பெண்களின் வாழ்க்கையை யதார்த்தவாதக் கலையின் ஒரு பகுதியாக அடையாளம் கண்டனர். இத்தகைய கலை சமுதாயத்துக்குள் விஷத்தைப் பரப்ப ஒரு சாக்காக மாறியது. நன்கு படித்த கல்லூரி மாணவர்கள் நடிக்க வருகின்றனர். பெரிய பெரிய ஜமீன்தாரர்களின் மகன்கள் தங்கள் மனைவிமாரையும் மகள்களையும் ஆயிரம்பேர் பார்க்கத் தியேட்டருக்குக் கூட்டிச் செல்கிறார்கள். பெற்றவர்கள் தங்கள் மகள்களை மேடையேறி ஆட அனுப்புகிறார்கள். நடிப்பு என்ற போர்வையில் தங்கள் மனைவியர் மற்ற ஆண்களிடம் வழிந்து பேசுவதைக் கணவன்மார்கள் காதாரக் கேட்கிறார்கள். திருமணமாகாத தமது மகள்கள் மேடையில் அரங்கேறும் காதல் தந்திரங்களைக் கற்றுக்கொள்வதை அப்பாக்கள் பார்த்துக்கொண்டிருக்கிறார்கள். உலகக் கவிஞராகப் போற்றப்படும் ஒருவர், உயர்ந்த இலட்சியங்கள் கொண்டவராகப் பார்க்கப்படும் ஒருவர் நாடக அரங்கில் நடிகைகளுடன் இரகசியமாகப் பாடல் ஒத்திகை செய்கிறார். தார்மீக நடத்தையைப் போதிக்க வேண்டிய பிரம்ம சமாஜம்கூட இந்தக் கலைமீது மோகம் கொண்டிருக்கிறது. ரவீந்திரநாத் தாகூர், ராமானந்த சட்டோபாத்யாய், லேடி அபலா போஸ், மிஸஸ் காமினி ராய், மிஸஸ் பி.எல். சௌத்ரி, சரளா தேவி போன்றவர்கள் மதிப்பு மிக்கக் குடும்பத்து இளம்பெண்கள் மேடையேறி நடனமாடுவதை ஆதரிக்கிறார்கள். நாளிதழ்களில் இதற்கு ஏராளமான எதிர்ப்புகள் வெளியாகின. அவற்றைப் படித்துவிட்டு ஏற்பட்ட மன உளைச்சலில் நான் அவற்றை எரித்துவிட்டேன்.

இதை நான் சொல்வதற்கான காரணம், எங்களைப் போன்ற ஒழுங்கங்கெட்டப் பெண்கள் தம் வாழ்வில் கட்டுப்பாடும்

எச்சரிக்கையும் இல்லாதிருந்ததன் விளைவு சமுதாயத்தின் ஒவ்வொரு அடுக்கிலும் ஊடுருவிவிட்டது என்பதைக் காட்டவே. சமுதாய முன்னேற்றத்தில் அக்கறை கொண்டவர்கள் இதற்குச் செவிசாய்க்க வேண்டும் என்பதே எனது எண்ணமும் வேண்டுகோளும். என்னை நம்பவைத்து ஏமாற்றிச் சோரம் போக வைத்த தொலைநோக்குப் பார்வையில்லாத ஒரு இளைஞனைப் போலவேதான் ராணியுடைய, சுனியுடைய காதலர் – வாடிக்கையாளர்களும் மேடையில் நடனமாடுவதை யும் பாடுவதையும் ஊக்குவிப்பவர்கள் என்பது சமூகப் பாதுகாவலர்களுக்குத் தெரியுமா? நான் இதில் மூழ்கிப்போய் விட்டேன். ஆனால் ஒட்டுமொத்த சமுதாயமே இப்படி இதில் மூழ்கிப்போவதைப் பார்க்கும்போது வேதனையாக இருக்கிறது. எங்கள் சுனியின் பாபு ஒரு கலைஞர்,...................... சம்மிலானியின் முக்கியமான புரவலர். இந்த அமைப்புக்கு எதிரான சுனியின் குற்றச்சாட்டுக்களை நான் கேட்டிருக்கிறேன். அவற்றின் உண்மைத்தன்மை தெரியாததால் என்னால் அதை இங்கு சொல்ல முடியாது.

இந்தப் புதிய இலக்கியம் காட்டிய யதார்த்தத்துக்கு இன்னொரு விளைவும் இருந்தது. முன்பெல்லாம் விபச்சாரப் பெண்கள் தரும் நன்கொடைகளைப் பெரும்பாலும் ஏற்றுக்கொள்ள மாட்டார்கள். அவ்வளவு ஏன், கிராமத்து நிலச்சுவான்தார்கள் விபச்சாரிகள் கொடுத்த வரிப்பணத்தைக்கூட வாங்கிக்கொள்ளவில்லை. இந்த அணுகுமுறை கொஞ்சம் கொஞ்சமாக மாறத் தொடங்கியது. தேசபந்து சித்தரஞ்சன் தாஸ் தனது தாராள மனதால் அதற்கு முன்மாதிரியாகத் திகழ்ந்தார். விபச்சாரப் பெண்கள் அளித்த நன்கொடைகளை ஏற்றுக்கொண்டதோடு அவர் நிற்கவில்லை. நாட்டிற்குச் சேவை செய்யவும் அப்பெண்களுக்கு அழைப்பு விடுத்தார். அவருடைய நோக்கங்கள் உன்னதமானவை. ஆனால் நாங்கள்தான் கேடுகெட்டவர்கள் ஆயிற்றே. எங்களால் அவற்றை நிறைவேற்ற முடியவில்லை. 1918க்குப் பிறகு தேசியத் தலைமையின் பொறுப்பு அவர் தோள்களில் விழுந்தது. அப்போதும் புதிய இலக்கியம் எங்களின் மீது அனுதாபத்துடனேயே இருந்ததால் கண்ணியமான ஆண்களும் பெண்களும் நிறைந்த சமுதாயத்தில் சேர எங்களுக்கும் வாய்ப்பு கிடைத்தது. அதன் முடிவைப் பற்றி இந்தக் கதையின் பொருத்தமான இடத்தில் விவரிக்கிறேன்.

மக்களின் வாழ்க்கையை மேம்படுத்தும் நோக்கில் நடந்த அரசியல், சமூகப் புரட்சிகளில் நான் பங்குகொண்டதை விவரிப்பதற்கு முன்பு, என் வாழ்க்கையில் நடந்த ஒன்றிரண்டு சம்பவங்களை விவரித்துவிட்டு இந்த அத்தியாயத்தை முடித்துவிடுகிறேன்.

ஒரு பெண் எங்கள் வீட்டின் ஒரு அறையில் வாடகைக்கு வந்தாள். அவள் ஏழு மாத கர்ப்பிணியாக இருந்தாள். சீக்கிரத்திலேயே அவளைப் பற்றி எல்லாவற்றையும் தெரிந்து கொண்டேன். அவளொரு ஏழைக் காயஸ்தர் குடும்ப விதவை. இவளை இந்த இக்கட்டில் சிக்க வைத்தவர் அவளது ஆன்மீக வழிகாட்டியான .... வித்யாபூஷண். அவர் இவளை உதறித்தள்ளிவிட்டார். கெட்டுப்போனவளுக்கு வேறெங்கும் போக்கிடம் கிடைக்காததால், எல்லாக் களங்கங்களும் பாவங்களும் அடைக்கலமாகும் ஒரே இடமான விபச்சார விடுதிக்கு வேறுவழியின்றி வந்து சேர்ந்துவிட்டாள். அதிர்ஷ்டம் கெட்ட இந்தப் பெண்ணுக்கு நான் உதவ முன்வந்தேன்.

எனது ஆலோசனையின்படி அவள் வித்யாபூஷண் மகாஷேயிக்கு ஒரு கடிதம் எழுதிப்போட்டாள். நல்லவேளை யாக அவர் சில நாட்களுக்குள் வந்தார். நான் என் வங்கி அதிகாரியிடம் கலந்துபேசிவிட்டு, இந்த மனிதரிடம் ஏதோ சாக்குச்சொல்லி அறிமுகமாகிக் கொண்டேன். பிறகு ஒருநாள் நான் வித்யாபூஷண் மகாஷேயிடம் சென்று மரியாதையுடன் சொன்னேன். “இந்தப் பாவப்பட்டப் பெண் இப்போது சிக்கலில் இருக்கிறாள். இந்த நேரத்தில் நீங்கள் இவளைக் கைவிட்டால் அவள் என்ன செய்வாள்?” ஆனால் அவர் என் கேள்வியை உதாசீனப்படுத்தினார். நான் கொதித்தெழுந்து, “எல்லோராலும் நிந்திக்கப்படும் விபச்சாரிகள்தான் நாங்கள் ஐயா. ஆனால் சமுதாயத்தில் ஒரு தூண்போல இருக்கும் நீங்கள் எங்களைப் போன்ற ஒருவரிடம் இந்த இரவில் அவமானப்பட விரும்புகிறீர்களா? உங்களுக்கு வெட்கமே இல்லையா? ஆன்மீக வழிகாட்டி எனும் போர்வையில் ஒரு விதவை சிஷ்யையின் கற்பைச் சூறையாடினீர்கள். அவளை வறுமையிலும் அவதூறிலும் தள்ளிவிட்டீர்கள். நீங்கள் ஒரு கற்றறிந்த ஒழுக்கசீலராக இருக்க வேண்டாமா? மனித மனதுக்கான ஒரு ஆசானாக இருக்க வேண்டாமா? உங்கள் பாண்டித்தியத்தை நான் பழிக்கிறேன். உங்கள் அறிவு வன்மையை நான் பழிக்கிறேன். பாவம் செய்யும் விபச்சாரிகளான நாங்கள் நரகத்திற்குச் செல்வோம் என்பது உண்மைதான். ஆனால் நீங்களும் உங்களைப் போன்றவர்களும் ஏன் நரகத்துக்குப் போவதில்லை தெரியுமா? ஏனென்றால் உங்களையும் உங்களைப் போன்றோரையும் கொள்ளும் அளவு பெரிய நரகக்குழி இன்னும் கட்டப்படவில்லையாம்” என்று பொரிந்து தள்ளினேன். நான் வசைமாரி பொழிந்ததைக் கேட்டு வித்யாபூஷண் மகாஷேய் முகத்தில் ஈயாடவில்லை. நான் நிறுத்தாமல் அவர் மூக்கின் முன் என் விரலை ஆட்டி, “போவதென்றால் போங்கள். ஆனால் ஒன்று மட்டும் தெரிந்துகொள்ளுங்கள். அவளை என்னுடன் கோர்ட்டுக்கு கூட்டிச் செல்வேன். அவளுக்கான பராமரிப்புச் செலவைக்

கொடுக்கும் பொறுப்பை நீங்கள் ஏற்றுக்கொள்ளும் உத்தரவைப் பெறும்வரை உங்களை விடமாட்டேன். நீங்கள் எல்லாவற்றையும் மறுத்துவிடுவீர்கள் என்பதும் எனக்குத் தெரியும். ஆனால், நீங்கள் அவள் அறைக்கு வந்துபோனதைப் பார்த்திருக்கிறோம். நீங்கள்தான் அவள் கர்ப்பத்துக்குக் காரணம் என்று இந்தக் கட்டடத்தில் இருக்கும் எல்லோரும் உங்களுக்கு எதிராகச் சாட்சி சொல்வோம். எவ்வளவோ பொய் சொல்கிறோம். ஒரு அப்பாவிப் பெண்ணுக்கு நல்லது நடக்கிறதென்றால், ஒரு நேர்மையற்ற, ஒழுக்கங்கெட்ட ஆணுக்குத் தண்டனை கிடைக்கிறதென்றால் எங்கள் நாக்கு தாராளமாகவே பொய் சொல்லும்” என்று ஆத்திரமாகச் சொன்னேன்.

வித்யாபூஷண் மகாஷேய் ஒரு வார்த்தை பேசாமல் கிளம்பிச் சென்றார். அவர் பயந்துவிட்டார் என்பது தெளிவாகத் தெரிந்தது. சில நாட்களுக்குப் பிறகு திரும்பிவந்து என்னிடம் நூறு ரூபாயைக் கொடுத்துவிட்டு, “இதை வைத்து அவளுக்கான செலவுகளைப் பார்த்துக்கொள்ளுங்கள்” என்றார். அவரிடமிருந்து பணத்தைப் பெற்றுக்கொண்டு அந்தப் பெண்ணுக்குத் தேவையான அனைத்தையும் வாங்கிக் கொடுதேன். சரியான நேரத்தில் அவள் குழந்தையைப் பெற்றெடுத்தாள். வித்யாபூஷண் மகாஷேய் வந்து தாய் சேய் இருவரையும் தன்னுடன் கூட்டிச்சென்று விட்டார். மேற்கொண்டு விசாரித்தபோது அவர் அந்த விதவைக்கு அதன்பிறகு பணம் கொடுத்து உதவவில்லை என்று தெரியவந்தது. அவரது ஒழுக்கக்கேட்டைப் பலரும் அறிந்திருந்தனர். அவரது பெண் சிஷ்யைகள் பலருடைய வாழ்வை அவர் கெடுத்திருக்கிறார். நான் அவருடைய பணியிடத்துக்கு ஒரு அனாமதேய கடிதம் எழுதிப்போட்டு அவரது குட்டை உடைத்தேன். அதன்பிறகு பணம் கொழிக்கும் தனது பதவிகளை விட்டு அவர் விலகிவிட்டதாகவும், வயோதிகத்திலும் இளசைத் தேடும் தன் தினவைத் தீர்த்துக்கொள்ளப் பதினாறு வயது இளம்பெண்ணொருத்தியை மணம் முடித்துக்கொண்டதாகவும் கேள்விப்பட்டேன். நாங்கள் விட்டு விலகி வந்துவிட்ட சமுதாயத்தில் புரையோடிப்போய் நாறும் புண்களைப் பார்த்து விபச்சாரிகள் நாங்களேகூட அருவருப்பில் முகத்தைச் சுளித்துக்கொள்ள வேண்டியிருக்கிறது.

சுசீலா என்ற விபச்சாரப் பெண் எங்கள் வீட்டுக்குப் பக்கத்தில் வசித்துவந்தாள். அவள் ஒரு நவாபின் ஆசைநாயகி. நவாப் ஒரு கொழுத்த பணக்காரர் என்பதைச் சொல்லித் தெரிய வேண்டியதில்லை. பல இலட்ச ரூபாய் செலவழித்து நவாப் தனது தலைநகரத்தில் ஒரு பெரிய அரண்மனையைக் கட்டியிருந்தார். ஆனால் அவர் அங்கு வசிக்காமல் கல்கத்தாவிலிருக்கும் இந்தக் காதலியின் வீடே கதியென்று கிடந்தார். இதனிடையே பொன்

இழைத்துக் கட்டிய அவரது அரண்மனை காட்டு விலங்குகளின் குகையாக மாறியது. நல்லாட்சியோ நிர்வாகமோ இல்லாத நிலையில் அவரது குடிமக்கள் கடன் சுமையேறிப்போய் கடும் நெருக்கடியில் இருந்தனர். நவாபோ ஏழைக் குடியானவர்களின் இரத்தத்தைப் பிழிந்து தனது காதல் தேவியைப் பூஜித்துக் கொண்டிருந்தார். நவாப்களும் பாட்ஷாக்களும் விபச்சாரப் பெண்களிடம் விழுந்துகிடப்பது ஒன்றும் புதிதில்லை. ஆனால் நான் இதைச் சொல்வதற்கு ஒரு காரணம் இருக்கிறது. ஒவ்வொரு முறை நான் சுசீலாவின் அறைக்குப் போகும்போதும் விலையுயர்ந்த பர்னிச்சர்களும், ஓவியங்களும், திரைச்சீலைகளும், நகைகளும், கண்ணாடிகளும், தந்தம் பதித்த சிலைகளும், இன்னும் என்னென்னவோ பொருட்களும் நவாபின் தலைநகரில் இருந்து இங்கே குடியேறியிருந்ததைப் பார்த்தேன். இவற்றில் சிலதை அவள் பின்னர் விற்றுவிடுவாள். மீதமிருப்பவை மட்டும் அவள் அறையிலேயே தங்கிவிடும். அவையாவும் நவாபின் முன்னோர்களின் சாதனைச் சின்னங்களாகத் தலைநகரில் அவரது பழைய அரண்மனையில் இருந்தவை. ஒரு விபச்சாரியின் ஆசையை நிறைவேற்ற இப்படி அவை அழிந்துபோவதை நினைத்து நான் மனம் வருந்தினேன். தமது முன்னோர்களை அலட்சியப்படுத்தும் ஒரு இனம் அடிமைகளாவதைத் தவிர வேறென்ன ஆகும்?

சுசீலாவின் வசதிக்காக ஒரு கார் வாங்கப்பட்டது. நவாபின் முதல் மனைவியைவிட இவளிடம்தான் இப்போது அதிகப் பணமும் ஆடம்பர வசதிகளும் இருந்தன. நவாப் கடன் வாங்கியும், தனது சொத்துக்களை அடகு வைத்தும் சுசீலாவுக்கு மாதம் ஆயிரம் ரூபாய் கொடுத்தார். ஆனால் அவர் செலுத்தாத கடன்கள் அவரை நீதிமன்றத்துக்கு இழுத்துச் சென்றன. பணம் கொடுக்கத் தவறியதாக அவர்மேல் வழக்கு போடப்பட்டது.

நான் விபச்சாரியாக இருந்தபோதும் அரசியல் செய்திகளைத் தெரிந்துகொள்வதில் தீவிரமாக இருந்தேன். இன்று சுதந்திரத்துக்காக முழக்கமிடுபவர்கள் இதைப் பரிசீலித்துப் பார்க்க வேண்டும் – இந்த மண்ணின் பாட்ஷாக்களும் ராஜாக்களும் தங்கள் சொந்த சுதந்திர வரலாற்றின் விலைமதிப்பற்ற நினைவுகளைத் தங்கள் ஆசைநாயகிகளின் காதல் பீடங்களில் இரக்கமின்றித் தியாகம் செய்யப் போகிறார்கள் என்றால், தங்களின் சொந்தப் பாரம்பரியத்தைவிட ஒரு விபச்சாரியின் மயக்கும் பார்வையை அவர்கள் பெரிதாகக் கருதுகிறார்கள் என்றால், அந்நியர்களின் ஆட்சியிலிருந்து நாம் விடுபடுவதற்கான நம்பிக்கை எங்கே இருக்கிறது? சுதந்திரத்துக்கு வழிவகுக்கும் மாபெரும் அறிவொளி மரம் குப்பைமேட்டிலிருந்து வளராது.

8

நெருப்புடன் விளையாடினேன்

1920 இல் மகாத்மா காந்தியின் தலைமையில் இந்தியா முழுவதும் ஒத்துழையாமை இயக்கம் தொடங்கியது. மாணவர்கள் பள்ளிக்கும் கல்லூரிக்கும் போக் கூடாது; வக்கீல்களும் பாரிஸ்டர்களும் தங்கள் சபைக்கும் நீதிமன்றத்துக்கும் போகக் கூடாது; கவுன்சில் ஆபிஸ்களுக்கு யாரும் போகக் கூடாது; அரசாங்கம் கொடுத்த பட்டங்களையும் விருதுகளையும் திரும்பக் கொடுத்துவிட வேண்டும்; யாரும் அயல்நாட்டுப் பொருட்களை வாங்கக் கூடாது – இந்த வகையான ஐந்து புறக்கணிப்புகளும்தான் ஒத்துழையாமை இயக்கத்தின் குறிக்கோள்கள். கூட்டங்கள், மாநாடுகள், பேச்சுக்கள், மறியல் போராட்டங்கள் – இயக்க எதிர்ப்பை எதிர்த்துப் போராட்டம் – நாடு முழுவதும் நடத்தப்பட்டன. ஒவ்வொரு கிராமத்திலும் ஒவ்வொரு நகரத்திலும் இயக்கச் செய்தி பரவியது. இளைஞர்கள் தமக்குள் தொண்டர் குழுக்களை உருவாக்கி எல்லா இடங்களுக்கும் சென்றனர். எங்களுடன் வேலை செய்ய ஆட்கள் தேவை என்ற கூக்குரல் எழுந்தது.

பெண்கள் ஆண்களுடன் சேர்ந்து வேலை செய்தனர். வசந்தி தேவி – தேசபந்து சித்தரஞ்சனின் மனைவியார் – இதற்குத் தலைமை ஏற்றுக்கொண்டார். இதேபோன்ற எண்ணத்துடன் பணியாற்றிய பெண்களில் குறிப்பிடத்தக்கவர்கள் ஊர்மிளா தேவி, சுனிதி தேவி, சந்தோஷ் குமாரி சென்குப்தா, மோகினி தேவி, ஹேம்பிரபா மஜூம்தார், பகாலா சோம், உமா தேவி ஆகியோர். கிராமங்களில் இருந்தும் ஜில்லாக்களில் இருந்தும்கூடப் பல பெண்கள் வந்திருந்தனர்

– அசாதாரணமான உற்சாகத்தோடும் ஆர்வத்தோடும், முன்னெப்போதும் இல்லாத சுறுசுறுப்போடும் அவர்களைக் கண்டேன். எல்லாப் பெண்களையும் ஒன்றிணைக்க, தேசபந்து சித்தரஞ்சன் தாஸ் நாரி கர்ம மந்திர் நிறுவினார். இதைப் பற்றிப் பின்னர் விரிவாகச் சொல்கிறேன்.

போலீஸார் எல்லா இடங்களிலும் மக்களைக் கைது செய்யத் தொடங்கினார்கள். பெண்களைக்கூட அவர்கள் விட்டுவைக்கவில்லை. விபச்சாரப் பெண்கள் சிலர் சேர்ந்து ஒரு சிறிய குழுவை உருவாக்கினோம். எங்கள் பின்னாலிருந்து எங்கள் பாபுக்கள் எங்களுக்கு ஆலோசனையும் ஊக்கமும் அளித்தனர். கிழக்கு வங்காளச் சூறாவளி நிதிதிரட்ட வெளியே சென்றிருந்தபோதே எங்களுக்குச் சமுதாயத்தின் மேம்பட்ட மக்களுடன் பழகும் வாய்ப்பு கிடைத்துவிட்டது. இது எங்களின் தைரியத்தை, அறிவை, திறமையை வளர்த்து விட்டது. மீண்டும் ஒரு நல்ல காரியத்துக்காக நாங்கள் பணியாற்ற வந்ததில் தேசபந்து சித்தரஞ்சனின் சகாக்களுக்கு ரொம்பவே சந்தோஷம். அவர்கள் எங்களுக்குப் பல வழிகளிலும் உதவினார்கள்.

மதிப்புமிக்கக் குடும்பத்தைச் சேர்ந்த அந்த இளைஞர்களுடன் தோளோடு தோள் நின்று பணியாற்றியபோது, நாங்கள் ஒரு கேவலமான, தீண்டத்தகாத தொழில் செய்பவர்கள் என்பதையே மறந்துபோய்விட்டோம். ஒத்துழையாமை இயக்கத்தின் உணர்ச்சிகள் அந்தளவுக்கு எங்களை ஆட்கொண்டிருந்தன. அந்த இளைஞர்களும் விபச்சாரத் தொழில் செய்யும் பெண்களுடன் தாங்கள் வேலை செய்கிறோம் என்பதை நினைவில் கொள்ள வில்லை. விபச்சாரம் செய்யும் இடத்தைக் கனவிலும் கண்டிராத, அங்குச் சென்றே இராத அப்பாவி ஆண்களுடன் நாங்கள் ஒரே காரில் பயணித்தோம். ஒன்றாகப் பேசிச் சிரிக்கவும் செய்தோம். எங்களின் தன்னலமில்லாத சேவையை எல்லோரும் பாராட்டினார்கள். பெருமிதத்தில் எங்கள் நெஞ்சம் பூரித்துப்போனது.

ஒருநாள் அன்றைய வேலையை முடித்துவிட்டு வீட்டுக்குச் செல்வதற்கு முன், தேசபந்து சித்தரஞ்சனின் பாதம் தொட்டு ஆசி பெறுவதற்காகச் சென்றோம். அவர் கனிவோடு எங்களை ஆசிர்வதித்தார். இன்னொரு நடுத்தர வயது மனிதர் அவர் பக்கத்தில் அமர்ந்திருந்தார். நாங்கள் விபச்சாரப் பெண்கள் என்பதை அறிந்துகொண்டதும் தேசபந்துவிடம் அவர், “இப்போது இவர்களும் இயக்கத்தில் சேரத் துவங்கிவிட்டார்களா – இது சரியென்று நினைக்கிறீர்களா மிஸ்டர் தாஸ்?” என்று கேட்டார். சித்தரஞ்சனோ திட்டவட்டமாகப் பதிலளித்தார்: “நீங்களும் உங்களைப் போன்றவர்களும் உயர்ந்த ரசனைக்காரர்கள்.

உங்கள் கருத்துக்கள் என்னுடையதோடு ஒருபோதும் ஒத்துப்போகாது. சஞ்சீவனி எடிட்டர் கேஷ்டோ மித்திரருடன் நீங்கள் சேர்ந்துகொள்ள வேண்டும். உங்கள் மனம் கவர்ந்தவர் அவர்தான். குறுகிய மனப்பான்மை கொண்ட கேசவ சென் இல்லாமல் முற்போக்கான வழிகளைப் பின்பற்றவே ஸாதாரண் பிரம்ம சமாஜம் அமைக்கப்பட்டது. ஆனால் இப்போது இந்த அமைப்பும் பிற்போக்கானதுதான் என்று தெரிய வருகிறது. நம் கதவுகளை லேசாகத் திறந்து வைத்தால் போதாது. அகலமாகத் திறந்து எல்லோரையும் ஏற்றுக்கொள்ள வேண்டும். மேற்கில் என்ன நடக்கிறது என்று பார்க்கிறீர்கள்தானே? நாமும் அதையே செய்ய வேண்டும். நாம் வெறுத்து விலக்கி வைத்திருந்தவர்கள் இன்று ஒரு படி முன்னேறி வந்திருக்கிறார்கள். இதுவொரு நல்ல சகுனம். குப்பைமேட்டின் அடியில் நான் ஒரு அதிசய சக்தியைக் கண்டுபிடித்திருக்கிறேன்."

நாங்கள் கிளம்பிவிட்டோம். அதன்பிறகு அவர்கள் எவ்வளவு நேரம் வாதிட்டார்கள் என்று தெரியாது. ஆனால் தேசபந்துவின் நம்பிக்கைகளை நாங்கள் காப்பாற்றவில்லை. அந்த மகா உத்தமரின் கனவுகளைச் சிதைத்துவிட்டோம் என்பது இன்று புரிகிறது. தேசபக்தியின் பிழம்புகள் எங்கள் பாவங்களைச் சுத்தப்படுத்திவிடும் என்று அவர் எதிர்பார்த்தார். ஆனால் அப்படி நடக்கவில்லை. விபச்சாரப் பெண்களும் தேசத்துக்காக உழைக்கும் இளைஞர்களும் இப்படிக் கட்டுப்பாடில்லாமல் அன்னியோன்யமாகப் பழகுவது ஆபத்தானது.

நெருப்புடன் விளையாடுவது ஆபத்தானது. எல்லோராலும் அதைச் செய்ய முடியாது. சுதந்திரப் போராட்டத் தலைவர்கள் எங்களைத் தங்கள் பணியில் சேர்த்துக்கொண்டதன் மூலம் தவறு செய்துவிட்டார்கள். உன்னதமான நோக்கத்திற்குத் தூய்மையான அடித்தளம் இருக்கவேண்டும். எங்களுக்கோ அது கிடையாது. தூய மனமோ சுயக் கட்டுப்பாடோ இல்லாமல் நாங்கள் ஒரு முக்கியமான செயலில் ஈடுபட்டிருந்தோம். பொய், வஞ்சகம், கபடம், காமம் இதெல்லாம் எங்களின் முதன்மையான குணங்கள் – என்னதான் தாய்நாட்டுக்காக எங்களை அர்ப்பணித்திருந்தாலும் இந்தத் தீய இயல்புகள்தான் எங்களைக் கட்டுப்படுத்தின.

அதுநாள்வரை சிகரெட்டைக் கையால்கூடத் தொடாத அளவு கடும் ஒழுக்கத்துடன் இருந்த இயக்கத்து இளைஞர்கள் சிலர் எங்களிடம் பழக்கம் ஏற்பட்ட பிறகு குடிக்கக் கற்றுக்கொண்டார்கள். பெண்களுடன் பேசும்போது குனிந்த தலை நிமிராமல் தரையைப் பார்த்துப் பேசிக்கொண்டிருந்த

உத்தமசீல ஆண்கள் எங்களுடன் பழகிய பிறகு விபச்சாரப் பெண்களிடம் மட்டுமல்ல, திருமணமான பெண்களிடம் கொஞ்சம்கூட யோசிக்காமல் ஆபாச நகைச்சுவை சொல்லிச் சிரித்தனர். நேர்மையான, கொள்கை பிடித்தமுள்ள ஆண்களை வளைத்துப்போட்டு, அவர்களின் சுயக் கட்டுப்பாட்டையும் அப்பழுக்கில்லாத குணத்தையும் களங்கப்படுத்துவதை ஏதோ எங்களின் வீரதீரச் செயலாகக் கருதிக்கொள்வதுதான் எங்களின் இயல்பு.

ஒத்துழையாமை இயக்கத்துக்காகப் பணிபுரிந்த நாங்கள் ஒவ்வொருவரும் சுதந்திரத்துக்காக உழைத்த பல இளைஞர்களை மயக்கியிருக்கிறோம் என்று எனக்குத் தெரியும். நானும்கூட இதில் விதிவிலக்கல்ல. எங்களில் சிலர் கொஞ்சமும் தயங்காமல் நாங்கள் தந்தைபோல் பாவித்த தேசபந்து சித்தரஞ்சன் தாஸின் சகாக்கள் மீதே காமப் பார்வையை வீசினோம். நாங்கள் வீடு திரும்பும்போது ஒவ்வொருவரும் எத்தனை புது பாபுக்களை வலைவீசிப் பிடித்தோம், யார்யார் அறைக்கு எந்தெந்த தேசபக்தர்கள் வந்துபோகிறார்கள், அவர்கள் கொடுத்த பணத்தில் எவ்வளவு வெற்றிலைத் தாம்பூலம், எத்தனை சிகரெட் வாங்கினோம், எத்தனைமுறை கார்களில் போனோம், எவ்வளவு டாக்சி வாடகையை அமுக்கினோம் போன்ற வற்றைப் பற்றித்தான் பேசிக்கொண்டோம்.

நாங்கள் இளைஞர்களை மட்டும் கெடுக்கவில்லை. வீட்டுக்குள்ளே அடைபட்டுக் கிடந்த மனைவிமார்களும் மகள்களும் கூட இயக்கத்தில் சேர வெளியே வந்தனர். அவர்கள் எல்லோருமே படித்த, முற்போக்கான குடும்பங்களைச் சேர்ந்தவர்கள்தான். ஆச்சாரமான இந்துக்கள் பொதுவாகத் தங்கள் வீட்டுப் பெண்கள் வீட்டைவிட்டு வெளியே வர அனுமதிக்கமாட்டார்கள். நாங்கள் சில சமயங்களில் அவர்களுடன் பேசுவோம். இயக்கத்தைப் பரப்ப வீட்டைவிட்டு வந்த சில பெண்கள் மீண்டும் தங்கள் கணவர்மாரிடம் திரும்பிச் செல்லவில்லை என்பது எனக்குத் தெரியும். அவர்களில் சிலர் சொந்தமாகத் தொழில் தொடங்கினார்கள். சிலரோ சுதந்திரப் போராட்ட வீரர்களுடன் தகாத உறவுகளில் ஈடுபட்டனர். திருமணமான தம்பதி என்ற போர்வையில் அவர்களுடன் வாழக்கூடச்செய்தனர்.இந்தச் சுதந்திரப்போராட்டத்தியாகிகளின் உண்மையான குணம் எல்லோருக்கும் தெரியும். இருந்தாலும் இந்தக் கேடுகெட்டவர்களைத்தான் ஏதோ புனிதர்களைப் போலக் கார்ப்பரேஷன்களுக்கும் கவுன்சில்களுக்கும் ஓட்டுப் போட்டு அனுப்புகிறார்கள். இந்தச் சமுதாயம் அந்தளவுக்குக் குருடாக இருக்கிறது.

ஒரு சம்பவத்தைச் சொல்கிறேன். ஒரு ஏழைப் பிராமணனின் மனைவி எங்களுடன் சேர்ந்தாள். பேரழகுப் பதுமை அவள் – நானே அவளைப் பார்த்து அசந்திருக்கிறேன். பலமுறை அவளிடம் பேசியுமிருக்கிறேன். இந்தப் புத்தகத்தை அவள் படிக்க நேர்ந்தால் அவளால் என்னை அடையாளம் கண்டு கொள்ளக்கூட முடியும். பெரிதாய் அறிமுகம் இல்லை யென்றாலும் எங்களுக்குள் ஒரு நட்பு இருந்தது. அவள் சம்பந்தப்பட்ட சம்பவத்தை வேறுவழியில்லாமல் இங்குச் சொல்ல நேர்ந்ததற்காக அவளிடம் மனப்பூர்வமாக நான் மன்னிப்புக் கேட்டுக்கொள்கிறேன். அவள் கெட்டுப்போக குறைந்தபட்சம் யார் காரணமென்பதை நான் அறிவேன்.

அந்தப் பிராமணப் பெண்ணுடன் நான் கொஞ்சம் நெருக்கமாக உரையாடியது நினைவிருக்கிறது. அப்போது அவள் ஒரு காயஸ்தர் சாதி சுதந்திரப் போராட்ட வீரருடன் கள்ள உறவில் இருந்தாள். அந்த இளைஞன் நிறைய படித்தவன், கட்டை பிரம்மச்சாரி – அப்போதுவரை. முதலில் எனக்குச் சிறிது ஆச்சரியம். என் அழகான இளம் தோழி போயும் போயும் ஒரு கிராமத்து ஆளிடம் இவ்வளவு தூரம் காதலில் விழுவாள் என்று நான் எதிர்பார்க்கவில்லை. ஒத்துழையாமை இயக்கத்தின் செய்திகளைக் கிழக்கு வங்காள மக்களிடம் பரப்புவதற்காகச் சில பெண்களுடன் அவள் அங்கு சென்றாள். அவள் திரும்பி வந்ததும், பெண்கள் பணி மையமாகிய நாரி கர்ம மந்திரின் ஒதுக்குப்புற மான ஒரு அறையில் அந்தப் பிரம்மச்சாரி இளைஞனுடன் சேர்ந்து கீதை வாசிக்க ஆரம்பித்தாள்.

பல்வேறு மாவட்டங்களில் இருந்து கல்கத்தா வந்த பெண்கள் வாழ்வதற்கான ஏற்பாடுகளைத் தேசபந்து சித்தரஞ்சன் செய்திருந்தார். இதுவே அந்த மையம் உருவாக வழிவகுத்தது. தேசபந்துவின் நேரடி கண்காணிப்பின் கீழ் முதலில் அது பவானிபூரில்தான் இருந்தது. அதன்பிறகு, அவருடைய முதன்மை உதவியாளராகிய வசந்த குமார் மஜூம்தாரின் மனைவியார் ஹேமபிரபா மஜூம்தார் அந்த மையத்தைத் திறமையாக நடத்துவதைக் கண்டு அதன் முழுபொறுப்பும் அவர்வசம் ஒப்படைக்கப்பட்டது. பிறகு மையம் சீதாராம் கோஷ் தெருவுக்கு இடம் மாற்றப்பட்டது.

நான் குறிப்பிட்ட அந்தப் பிராமணப் பெண் வீட்டைவிட்டு வந்தபிறகு மீண்டும் தன் கணவனிடம் திரும்பிச் செல்ல வில்லை. அன்றிலிருந்து அவள் கல்கத்தாவிலேயே தங்கிவிட்டாள். புதுக் காதலனுடன் அவள் வைத்திருந்த தகாத உறவால் கருவுற்றாள். உடனே அந்த இளைய தேசபக்தன் அவளைக் கூட்டிக்கொண்டு ஓடிவிட்டான். இந்தமுறை கெட்டக் காதலைத்

தடுக்க முயன்ற சிலர் தேசபந்து சித்தரஞ்சனிடம் இதன் போக்கைப் பற்றித் தெரிவித்தனர். ஏனெனில் அந்த இளைஞன் அவருக்குப் பிடித்தமானவன். ஆனால் அவரால் எதுவும் செய்ய முடிய வில்லை.

இத்தகைய பல ஒழுக்கக்கேடான உறவுகளைப் பற்றித் தேசபந்து சித்தரஞ்சன் அறிந்திருந்தார். ஆனால் என்ன செய்தும் அவரால் அவற்றைத் தடுக்க முடியாமல் போனதை அறிந்தும், களங்கமில்லாத குணம்கொண்ட பல நல்ல பணியாளர்களை அவர்களின் ஒழுக்கக்கேட்டால் தான் இழந்துவிட்டதை அறிந்தும் ஏற்பட்ட உளைச்சலால் அவர் மனமுடைந்து போனார். அவர் உடல்நலமும் கெட்டுப்போனது. பேராசை பிடித்த தொண்டர்கள் அவரிடம் பணத்தைச் சுரண்டத் தொடங்கினார்கள். அத்துடன் அவருக்கு மிகப் பிடித்த ஒருவன் அவரைக் கைவிட்டுவிட்டு ஓடிப் போனதில் அவர் ஒரேயடியாக நொறுங்கிப்போனார். எங்கள் குடியிருப்பில் இருந்த விபச்சாரப் பெண்கள் அவரது பிரம்மாண்டமான இறுதி ஊர்வலத்தில் கலந்துகொண்டு சுடுகாடு வரை சென்றார்கள். நான் போகவில்லை.

என் நண்பர் ஒருவரிடம் நான், "நாங்கள்தான் தேசபந்து சித்தரஞ்சனைக் கொன்றுவிட்டோம். அவருடைய அகால மரணத்துக்கு நாங்கள்தான் காரணம். தேச சேவை புரிகிறோம் என்ற பெயரில், அவரது தொண்டர் குழுவின் ஒவ்வொரு அடுக்கிலும் நாங்கள் விஷம் வைத்துவிட்டோம். அவர் உயிருடன் இருந்தபோதே அவரை நாங்கள் பெரிதும் காயப்படுத்தி விட்டோம். இப்போது மரணத்தால் தூய்மையாகிச் சொர்க்கத்தை நோக்கிச் செல்லும் அவர்மீது என்னைப் போன்ற பெண்ணின் கறைபட்டப் பார்வை விழ வேண்டாம்" என்றேன். கடைசியாக நான் அவரைப் பார்க்காததற்குக் காரணம் இதுதான்.

அந்தப் பிராமணப் பெண் திருமணமான தம்பதி போல் தன் காதலனுடன் வாழ்ந்து வருகிறாள். குழந்தை பிறந்துவிட்டது என்று நினைக்கிறேன். அவர்கள் சமுதாயத்தில் சுதந்திரமாக நடமாடுகிறார்கள். மெத்தப் படித்து, ஒருகாலத்தில் நல்லொழுக்கமுள்ள பிரம்மச்சாரியாக இருந்தவன் பின்னர் கள்ளக்காதல் செய்தான். இப்போதோ கோர்ட்டில் உயர் பதவி வகிக்குமளவு உயர்ந்து விட்டான். எவ்வளவு குருடாய் இருக்கிறாய் சமுதாயமே, ஆண் என்று வரும்போது மட்டும்!

போலீஸார் மறியல் போராட்டங்களின்போது பெண் எதிர்ப்பாளர்களைக் கைது செய்வார்கள். ஒருசமயம், வசந்தி தேவியையும் பகாலா சோமையும் காவல் நிலையத்துக்கு

அழைத்துச் சென்று எச்சரித்தனர். போலீஸைக் கண்டு எங்களுக்குப் பயமில்லை. பீட் கான்ஸ்டெபிள் தொடங்கி உயரதிகாரி வரை அனைவருடனும் எங்களுக்கு நல்ல பழக்கமுண்டு. எங்களில் சிலரையும் அவர்கள் காவல் நிலையத்திற்குக் கூட்டிச் சென்றார்கள். அங்குப் பொறுப்பில் இருந்த அதிகாரி எங்களைப் பார்த்துச் சிரித்தார். அவர் எனக்கு ஏற்கனவே தெரிந்தவர்தான். பிரபல நடிகை நீரதா சுந்தரியின் வீட்டில் அவரைப் பார்த்திருக்கிறேன். கல்கத்தாவில் இருந்த பலருக்கும் இந்தப் பிராமண அதிகாரியை நன்கு தெரியும். அவர் எங்களை விடுவித்துவிட்டார் என்று சொல்லித்தான் தெரியவேண்டுமா என்ன!

இது நடந்த சில காலத்துக்குப் பிறகு வடக்கு வங்காளம் வெள்ளத்தால் பாதிக்கப்பட்டது. பாதிக்கப்பட்ட மக்களுக்காக நிதி சேகரம் தொடங்கியது. இதற்காக இரு மத்திய குழுக்கள் அமைக்கப்பட்டன. அதன் தலைவராக ஆச்சார்ய பிரபுல்ல சந்திர ராய்[1] நியமிக்கப்பட்டார். மாணவர்களும் இளைஞர்களும் பாட்டுப் பாடி நிதி திரட்டியபடி சாலைகளில் ஊர்வலம் சென்றனர். பணக்காரர்கள் மனமுவந்து தாராளமாக நன்கொடையளித்தனர். நாடக அரங்க, பயோஸ்கோப் உரிமையாளர்கள் நிதி வசூலிக்கும் இரவுக் காட்சிகள் நடத்தினர். சின்னச் சின்ன கிளப்புகளும் அமைப்புகளும் பொழுதுபோக்கு நிகழ்ச்சிகளுக்கான டிக்கெட்டுகள் விற்று நிதி வசூலித்தனர். அரசாங்கமும் கொஞ்சம் பணம் கொடுத்தது.

ஒத்துழையாமை இயக்கப் பிரச்சாரத்தின்போதே நாங்கள் மக்கள் எல்லோரும் பார்க்க வெளியே போகப் பழகிக் கொண்டோம் – எனவே இதற்கும் நாங்கள் தயாராகவே இருந்தோம். எங்கள் குழுவை முன்பே அமைத்துவிட்டோம். ஆனால் இம்முறை அதை விரிவுபடுத்த வேண்டியிருந்தது. வெறும் வசூலோடு நிற்காமல் தெருக்களில் பாட்டுப் பாடி நிதி திரட்ட நாங்கள் முடிவு செய்தோம். அதன்படி, ஹர்கட்டா லேன், ராம்பாகன், சோனாகாச்சி, புல்பாகன், சம்பதாலா, அஹிரிடோலா, ஜோராசன்கோ, சிம்லா, கேரனிபாகனிலும் பிற பகுதிகளிலும் இருந்த விபச்சாரப் பெண்களும் தங்களுக்குள் குழுக்களை உருவாக்கி, தெருக்களில் இறங்கி நிதி திரட்டினார்கள்.

இதுவொரு அற்புதமான காட்சியாக இருந்தது. விபச்சாரப் பெண்கள் ஐம்பது அறுபது பேர் – சிவப்புக் கரைபோட்ட காவி நிறப் புடவையணிந்து, முதுகில் புரளும் விரிந்த கூந்தலுடன்,

1. ஆச்சார்ய பிரபுல்ல சந்திர ராய்(1861–1944): இந்திய வேதியியலின் பிதாமகர் என்றழைக்கப்படும் ராய், கல்வியாளராகவும், சமூகத் தொண்டராகவும், கொடையாளராகவும் இருந்தவர்.

புருவங்களில் சிந்தூரம் பூசி, வசீகரமான நடையுடன், ஆண்கள் சிலர் கிளாரினெட்டும் ஹார்மோனியமும் வாசித்து உடன் வர, இனிமையாகப் பாடிக்கொண்டு – கூட்டம் கூட்டமாகக் கல்கத்தா வீதியில் சென்றதைக் கண்டு கல்கத்தாவாசிகள் திகைத்துப்போயினர். ஒவ்வொரு குழுவிலும் அவர்கள் சார்ந்த பகுதியின் பெயர்கொண்ட சிவப்புப் பதாகையை உயர்த்திப் பிடித்தபடி இரண்டு பெண்கள் முன்னால் நடந்தார்கள். அவர்களுக்குப் பின்னால் வந்த இரு பெண்கள் விரித்துப் பிடித்திருந்த ஒரு பெரிய துணியில் நிதி கொடுப்பவர்கள் கரன்சி நோட்டுக்களையும் நாணயங்களையும் போட்டார்கள். இன்னும் இரு பெண்கள் பழைய துணிகளைச் சேகரித்துக்கொண்டார்கள்.

எல்லா விபச்சாரப் பெண்களும் அழகிகளென்று சொல்ல முடியாது. அதேசமயம் எல்லோரும் அவலட்சணமானவர்கள் என்றும் சொல்ல முடியாது. எப்படியிருந்தாலும், நாங்கள் சீவி சிங்காரித்துக்கொண்டு வெளியே போகும்போது அழகாகத்தான் தெரிவோம். ஆமாம், தோற்றத்தில்தானே எங்கள் தொழிலே இருக்கிறது. விபச்சாரப் பெண்கள் கல்கத்தா தெருக்களில் வரிசைகட்டி நிற்க அனுமதியில்லை. அப்படிச் செய்தால் போலீஸார் கைது செய்துவிடுவார்கள். வாடிக்கையாளர்களைக் கவர்ந்திழுக்க இவர்கள் தங்களின் வீட்டுவாசல் வரை மட்டுமே செல்ல முடியும். இவர்கள் வசிக்கும் இடங்களிலுமேகூட, மூன்று நான்கு பெண்களை ஒன்றாகப் பார்க்க முடியாது. நிலைமை இப்படியிருக்க, நாங்கள் பாடிக்கொண்டே சாலையில் பேரணியாகப் போவதைப் பார்க்கச் சாதாரண மக்களுக்கு எப்படியிருக்கும் என்று நினைத்துப் பாருங்கள்!

நான் முன்னரே சொன்னதுபோல், விபச்சாரத் தொழிலில் காமமும் பேராசையுமே வாழ்க்கையென்று ஆகிப்போன பின்பு இந்தப் பெண்களின் ஒழுக்கக்கேடு மேலும் மேலும் வலுவடையத்தான் செய்யும். ஒத்துழையாமை இயக்கத்தின்போது எழுந்த தேசபக்தியோ, வெள்ளத்தால் பாதிக்கப்பட்டவர்களுக்கு நிதி திரட்டும்போது உண்டான இரக்கமோ எங்கள் இதயத்தைப் பெரிதாகப் பாதிக்கவேயில்லை. எங்களைப் பொறுத்தவரை சொந்த மக்களிடையே எங்கள் இருப்பை நிலைநிறுத்திக் கொள்ள இதுவொரு வாய்ப்பு. அவ்வளவுதான். எல்லோரும் அப்படி நினைக்கவில்லையென்றாலும், எங்களில் பெரும்பான்மையினோரின் ஆசை இதுவே.

நாங்கள் தெருக்களில் ஊர்வலம் சென்றபோதெல்லாம் நூற்றுக்கணக்கானவர்கள் எங்களுடன் வந்தார்கள்.

வெள்ளத்தால் பாதிக்கப்பட்டவர்களின் அவலத்தைக் கண்டு மனமிரங்கியொன்றும் அவர்கள் நிதியைக் கொடுக்கவில்லை. எங்கள் அழகில், எங்கள் பாட்டில், எங்கள் வசியப் பார்வையில் மயங்கிப்போய்தான் அவர்கள் பையில் இருந்து பணத்தை வாரி வழங்கினார்கள். மாணவர்களும் இளைஞர்களும் நடத்திய ஊர்வலங்களுக்கு இவ்வளவு கூட்டம் சேரவில்லை.

விபச்சாரப் பெண்கள் தினமும் காலை மாலை என்று இருவேளையும் பணம் வசூலிக்கச் சென்றோம். நாங்கள் பல ஆயிரங்கள் வசூலித்தோம். ஆனால் அதிலிருந்து சிறு தொகையே மத்திய குழுவின் நிதிக்குச் சென்று சேர்ந்தது. மீதி பல வழிகளிலும் வீணானது. ஆனாலும், ஆச்சார்ய பிரபுல்ல சந்திரா ராய் நாங்கள் கொண்டு வந்ததை அன்புடன் ஏற்றுக்கொண்டார். நாங்கள் வசூல் செய்த பணத்தைப் பெற்றுக்கொள்ளக் கூடாதென அங்கிருந்த ஒழுக்கசீலர்கள் ஆட்சேபித்தனர். ஆனால் பிரபுல்ல சந்திரா அவர்களைச் சமாதானப்படுத்தினார்.

மதிப்புமிக்கக் குடும்பங்களைச் சேர்ந்த இளைஞர்களுடனும் திருமணமான பெண்களுடனும் பழகுவதற்கான வாய்ப்புகள் பெருகின. முன்பு இதுபோல இருந்ததில்லை என்று இதற்கு அர்த்தமில்லை. இப்போதைப் போலவே அப்போதும் நாங்கள் பல கோவில்களுக்கும் புனிதத் தலங்களுக்கும் எந்தத் தடையுமின்றிப் போய்வந்துகொண்டுதான் இருந்தோம். இதுவும்கூடச் சமுதாயச் சீரழிவுக்கு வழி வகுத்தது. ஆனால் இந்த இடங்களில் மக்கள் பூஜை புனஸ்காரமென்று மும்முரமாக இருந்ததால், விபச்சாரப் பெண்களிடம் தங்களை அறிமுகப்படுத்திக்கொள்ள நேரமோ சலனமோ அவர்களுக்கு இல்லாமல் போனது. ஆனால் இம்முறை ஒத்துழையாமை இயக்கத்துக்காகவும் வெள்ள நிவாரணப் பணிக்காகவும் நாங்கள் வீதியில் இறங்கியதால் சமுதாயத்தின் மதிப்புமிக்கக் குடும்பங்களைச் சேர்ந்த ஆண்களும் பெண்களும் எங்களோடு பேசவேண்டி வந்தது. எங்களைப் போன்ற பெண்கள் கோவில்களிலோ திருவிழாக்களிலோ ஒரே இடத்தில் நிற்காமல் விலகி விலகி இருப்போம். ஆனால் பணம் வசூலிக்கவோ மறியல் செய்யவோ நாங்கள் குழுவாகச் சென்றபோது ஆட்கள் சொக்கிப்போய் எங்களைப் பார்த்ததில் ஒன்றுமட்டும் தெளிவாகத் தெரிந்தது. அவர்களால் எங்களைத் தவிர்க்கவே முடியாது.

மகாத்மா காந்தியின் ஒத்துழையாமை இயக்கத்தில் இருந்த இதர முக்கியமான விஷயங்கள் தீண்டாமை ஒழிப்பும், கைராட்டினம் சுற்றுவதும், கதர் அணிவதும் ஆகும். விபச்சாரப் பெண்கள் மீது இது ஏற்படுத்திய பாதிப்பைச் சுருக்கமாகச்

சொல்கிறேன். தீண்டாமை ஒழிப்பின்படி ஹரி, முச்சி, டோம், சண்டாள், துலே–பாக்டி, சந்தால், தோசாத் போன்ற தாழ்ந்த சாதி மக்கள் உடல் சுத்தத்தைப் பேணிக்காக்கும் பட்சத்தில் உயர்சாதி மக்கள் அவர்களிடமிருந்து உணவையும் தண்ணீரையும் ஏற்றுக்கொள்ளலாம் என்று மகாத்மா காந்தி குறிப்பிட்டிருக்க லாம். குளித்து முழுகி, சுத்தமான ஆடை உடுத்தி அவர்கள் கோவில்களுக்குள்ளும் நுழையலாம். ஆனால் மகாத்மா காந்தியின் சீடர்கள் சிலரோ விபச்சாரிகளையும் தீண்டத்தகாதவர் களின் வரிசையில் சேர்த்து, அவர்களையும் மதிப்புமிக்கச் சமுதாயத்தினர் ஏற்றுக்கொள்ள வைக்க முயன்றனர். விபச்சாரி களின் வீடுகளுக்கு அடிக்கடி போய்வரும் ஆண்கள், அங்கு அவர்களுக்குத் தரப்படும் எல்லா வகையான உணவுகளையும் பானங்களையும் இரகசியமாக ஏற்றுக்கொள்கின்றனர் – உண்மையில், 'ஏற்றுக்கொள்கின்றனர்' என்று அரைகுறையாகச் சொல்லக்கூடாது, அப்படிக் கிடைக்கும் வாய்ப்பை நன்றி யுடன் நினைத்துக்கொள்கிறார்கள் – என்பது அனைவருக்கும் தெரியும். இந்த இரகசியமான செயலை வெளிப்படையாகச் செய்ய வைப்பதே காந்தி பக்தர்களின் நோக்கமாக இருந்தது. நாங்கள் கோயில்களுக்குள் நுழைய எப்போதுமே தடை இருந்ததில்லை – பளபளக்கும் எங்கள் ஆடைகளைப் பார்த்து வியந்துபோய் அர்ச்சகர் நாங்கள் கேட்காமலேயே கதவுகளைத் திறந்துவிடச் சொல்வார். நல்ல கொழுத்தப் பணம் கிடைக்குமென்ற பேராசையில்.

முன்னெப்போதும் இல்லாத அளவுக்கு இப்போது விபச்சாரிகளின் மேல் அதீத அனுதாபம் காட்டப்பட்டதால் அவர்களுக்காகப் பல பகுதிகளில் மகளிர் சங்கங்கள் உருவாகத் தொடங்கின. இவற்றில் பாரிஷாலில் இருந்த ஒரு சங்கத்துக்கு அதிக கவனம் கிடைத்தது. இந்தச் சமயத்தில்தான் பாரிஷாலில் இருந்து ஒரு விபச்சாரி என் தோழி காளிதாஸியின் வீட்டுக்கு வந்தாள். அவள் பெயர் எனக்கு இப்போது நினைவில்லை. ஒருவேளை அவளை வசந்த குமாரி என்று கூப்பிட்டிருக்கலாம். எது எப்படியோ, பணக்காரர் ஒருவரின் மகனான ஓர் இளம் மாணவன் அவளுடன் கல்கத்தாவுக்கு வந்திருந்தான். தனது விபச்சாரக் காதலிக்காக அவன் தன் அப்பாவின் இரும்பு லாக்கரை உடைத்து எண்ணூறு ரூபாய் திருடி எடுத்து வந்திருந்தான். பிரபல தேசபக்த தத்துவஞானி ஒருவர் இளைஞர்கள் மூலம் விபச்சார விடுதிகளுக்குள் ஒத்துழையாமை இயக்கச் செய்தியைப் பரப்பியதாக வசந்த குமாரி சொல்லக் கேட்டேன். அப்படி மனம் மாறிய பெண்கள் இப்போது கைராட்டினம் சுற்றுகின்றனர், கதராடைகள் அணிகின்றனர். எனக்கும் கைராட்டினம் வாங்கவும் கதராடை அணியவும் உத்வேகம் பிறந்தது.

எனது முயற்சியால் ராம்பாகனில் விபச்சாரத்தில் ஈடுபட்டிருந்த சுமார் ஒரு டஜன் பெண்கள் நூல் நூற்கத் தொடங்கினார்கள். சிலர் கதரும் அணிந்தனர். ஆனால் இதெல்லாமும் ஓரிரு மாதங்கள்தான் நடந்தன. பிறகு கைராட்டினங்கள் நின்றன. கதராடைகள் தூக்கியடிக்கப்பட்டன. எதிர்பார்த்ததுதான். சுயக் கட்டுப்பாடும் தூய்மையும் இல்லாத இடத்தில் இவற்றால் வாழ முடியாது.

ஒருநாள் நாளிதழ் ஒன்றில், "பாரிஷாலைச் சேர்ந்த அஸ்வினி குமாரின் இளைஞர்கள் கொஞ்சமும் தயக்கமின்றி விபச்சாரிகளுடன் பழகுவது எவ்வளவு வெட்கக்கேடானது!" என்று எழுதியிருந்தது. "யாரிந்த அஸ்வினி குமார்?" என்று வசந்த குமாரியிடம் கேட்டேன். அவள், "திரிபுராவில் இருக்கும் பிரம்மன்பாரியாவில் இருந்து மூன்று மாதங்களுக்கு முன்புதான் நான் பாரிஷால் போய் சேர்ந்தேன். அஸ்வினி குமாரைப் பற்றி எனக்குத் தெரியாது. இவருக்கு வேண்டுமானால் தெரிந்திருக்கலாம்" என்று அவளுடைய பாபுவைக் கைக்காட்டினாள். அந்த இளைஞன் மெத்தையில் சாய்ந்துகொண்டு, தாம்பூலம் மென்றபடி, கரகரத்தக் குரலில் பாடிக்கொண்டிருந்தான்.

"அவளைப் பார்த்ததில்லை இதுவரை
அவள் குழலோசையை மட்டும் கேட்டதுண்டு
என் இதயத்தை, என்னிடமிருந்ததைக்
கொடுத்துவிட்டேன் அவளிடம்..."

என் பக்கமாகத் திரும்பி அவன், "அஸ்வினி பாபுவைப் பற்றி உங்களுக்கு உண்மையிலேயே தெரியாதா? பிரசித்தி பெற்ற அஸ்வினி குமார் தத்தா[2]. நிறைய படிப்பவராயிற்றே நீங்கள்... அவருடைய பக்தியோகம் படித்ததில்லையா? படித்துப் பாருங்கள். அவரைப் போன்ற தூய குணம்கொண்ட ஒரு உத்தமரைப் பார்க்க முடியாது. பாரிஷால் இப்போது இருக்கும் நிலைக்கு அவர்தான் காரணம்" என்றான்.

"ஓ, அஸ்வினி குமார் தத்தா. ஆமாம், அவரைப் பற்றித் தெரியும். நீங்களும் அதே பாரிஷாலைச் சேர்ந்தவர்தான் இல்லையா?" என்று கேட்டேன். இளைஞனோ பதில் சொல்லாமல் திமிராகப் பாடினான்.

"அவள் வருவாள் என் கனவில் மட்டும்
ஓரவிழிப் பார்வையால் சிரிப்பாள் எனக்காக"

நான் எரிச்சலுடன் அங்கிருந்து கிளம்பிவிட்டேன். மனிதர்கள் எவ்வளவு பாசாங்காக இருக்கிறார்கள் என்று

---

2. அஸ்வினி குமார் தத்தா(1856–1923): வங்காளத்தைச் சேர்ந்த கல்வியாளர், தேசபக்தர். ஆன்மிகம், தத்துவம் தொடர்பான நூல்களை இவர் எழுதியுள்ளார்.

நினைத்துக்கொண்டேன் – ஒரு உன்னதமான கருத்தைப் போற்றும் அதே சமயம் தம் செயல்கள் மூலம் அதை மிதித்து துவம்சமும் செய்துவிடுகிறார்கள். எது எப்படியோ, வசந்த குமாரியின் காதலன் ஒருநாள் எனக்குப் பக்தியோகம் ஒரு பிரதி வாங்கிக்கொடுத்துவிட்டு, "கனிவோடு இந்த அன்பளிப்பை ஏற்றுக்கொள்ள வேண்டும்" என்றான். அன்று முதல் இந்தப் புத்தகத்தை அவ்வப்போது நான் படித்து வருகிறேன்.

விபச்சாரப் பெண்களின் சங்கம் ரொம்பவே செல்வாக்குடன் வளர்ந்ததைக் கண்டு ஒழுக்கசீல ஆண்கள் சிலர் அதை எதிர்க்க முடிவு செய்தனர். சஞ்சீவனி எடிட்டர் கிருஷ்ண குமார் மித்ரா ஆரம்பத்தில் இருந்தே இதை எதிர்த்து வந்தார். தனது பத்திரிகையிலும் இதைப் பற்றிக் கடுமையாக விமர்சித்தார். மலைபோல உறுதிகொண்ட இந்தப் பெரிய மனிதரை நான் சில சந்தர்ப்பங்களில் சந்தித்திருக்கிறேன். அப்போதெல்லாம் என் கண்களுக்கு அவர் தெய்வீகமாகத் தெரிந்தார். மேலும் இரு விபச்சாரப் பெண்கள் – அவர்களின் பெயர்கள் சுருச்சி, உமாபாலா – அவரைப் பற்றிச் சொல்லக் கேட்டிருக்கிறேன். அவர்களின் கதைகளை நேரம் வரும்போது சொல்கிறேன்.

என்னால் கிருஷ்ண குமார் மித்ரா பற்றி ஓரிரு விஷயங்களைக் கூறாமல் இருக்க முடியாது. அவருடைய அறநெறியோடும் களங்கமில்லாத குணத்தோடும் ஒப்பிட்டால் நாங்கள் நரகத்தில் நெளியும் தரங்கெட்டப் புழுக்கள்தான். இருந்தாலும் நான் அவரைப் பற்றிப் பேசுவேன். இதன்மூலம் என் பண்பைப் பற்றியும் ஏதோ சொல்ல முடியும் என்பதால். கிருஷ்ண பாபு சீரழிவுக்குப் போலிக் காரணங்களைச் சொல்வதை மன்னிக்கவே மாட்டார். அது தொடர்பான யாரையும் விட்டுவைக்கவும் மாட்டார். நடிகைகளுக்குப் பாடக் கற்றுக்கொடுத்தற்காக ரவீந்திரநாத்தை எச்சரித்தார். விபச்சாரிகளிடமிருந்து நிதி பெற்றதற்காக ஆச்சார்ய பிரபுல்லா சந்திராவை நிந்தித்தார். சரயு சதனுக்கு நிதி திரட்ட விபச்சாரப் பெண்களை வைத்து நடன நிகழ்ச்சி நடத்தியதற்காக டாக்டர் பிமல் சந்திர கோஷைக் கண்டித்தார். மினர்வா தியேட்டரில் நடந்த விபச்சாரப் பெண்கள் கூட்டத்தில் பணிபுரிந்த பெண் தொண்டர்களுக்குத் தலைமை தாங்கியதற்காக மிஸஸ் ஜோதிர்மயி கங்குலியைக் கடுமையாகச் சாடினார். இவர்கள் அனைவரும் பிரம்மோ சமுதாயத்தின் தூண்கள் ஆவார்கள். என்னுடைய வாடிக்கையாளர்கள் அனைவரும் அவரைப் பார்த்துப் பயந்தனர்.

மகாத்மா காந்தியின் வங்காளச் சுற்றுப்பயணத்தின் போது, பாரிஷாலில் விபச்சாரப் பெண்களின் அமைப்பு நடத்திய கூட்டத்திற்கு அவர் அழைக்கப்பட்டார். ஆனால்

அவர் போகவில்லை. இதுபோன்ற பெண்கள் அமைப்புகளை உருவாக்கினால் பிறகு குற்றவாளிகளும் தங்களுக்கென அமைப்புகளை உருவாக்கிவிடுவார்கள் என்று கூறிவிட்டார். நான் முன்பு குறிப்பிட்ட அந்தத் தேசபக்த தத்துவ அறிஞர் மகாத்மாவின் கசப்பான வாதத்தைக் கேட்ட பிறகு பாரிஷாலில் செய்து வந்த தனது பணியைக் கைவிட்டதாக நம்பப்படுகிறது.

இதனிடையில், என் சொந்த வாழ்க்கையிலேயே ஒரு மிகப்பெரிய ஆபத்து வந்துவிட்டது. நாட்டுக்கு உழைக்க அரசியல்இயக்கத்தில்சேர்ந்துஇளைஞர்களுடன்பணிசெய்தபோது என் ஆசைகளை என்னால் அடக்கவே முடியவில்லை. நான் உடலாலும் மனதாலும் பாவம் இழைத்தேன். படிப்பும் ஒழுக்கமும் இல்லாத இடத்தில், அகந்தை பிரதானமாக இருக்கும்பட்சத்தில், இப்படி நடப்பது தவிர்க்க முடியாதது. என்னுடைய வங்கி அதிகாரி, ... பாத்யாய பாபு, என்னுடைய தவறான நடத்தையைக் கண்டு என்னைச் சந்தேகப்படத் தொடங்கினார். அவரும் தடம் மாறாத மனிதர் ஒன்றுமில்லை. அவர் அடிக்கடி தியேட்டருக்குப் போவதைக் கண்டேன். ஒருநாள் ஓய்வறையில் ஒரு குறிப்பிட்ட நடிகையிடம் அவர் சிரித்துச் சிரித்துப் பேசிக்கொண்டிருந்ததைப் பார்த்து விட்டேன். நாங்கள் இருவரும் ஒன்றாகத்தான் நாடகத்துக்குப் போனோம். ஆனால் ஏதோ பொய்க் காரணம் சொல்லி என்னை மட்டும் பாக்ஸில் விட்டுவிட்டு அவர் போனார். அவருக்குத் தெரியாமல் நான் அவரைப் பின்தொடர்ந்து போனேன்.

பருவமழை மேகங்கள் போல் எங்கள் இதயங்கள் கனத்துப்போயிருந்தன. கூடிய விரைவில் பயங்கர இடியோசை கேட்கப் போகிறதென்று எதிர்பார்த்தேன்.

9

அருவருப்புச் சுழல்

மகாத்மா காந்தியின் இன்னொரு இலக்கு குடிப்பழக்கத்தை ஒழிப்பதாகும். அதன்படி இளைஞர்கள் நகரத்தில் இருந்த சாராயக் கடைகள் முன் மறியல் செய்யத் தொடங்கினார்கள். எங்கள் பாபு ஒருவருக்காக மதுபானம் வாங்கச் சென்ற எங்கள் வேலைக்காரன் தடுத்து நிறுத்தப்பட்டான். இளைஞர்கள் அவனைச் சூழ்ந்துகொண்டு, "இது யாருக்கு?" என்று கேட்டிருக்கிறார்கள். வேலைக்காரன் எங்கள் விலாசத்தைக் கொடுத்திருக்கிறான். அவர்கள் பெயரைக் கேட்டிருக்கிறார்கள், "பெரோஸா பீபி" என்றிருக்கிறான். பெரோஸா எனும் ஆகாய நீல நிற ஆடைகளை நான் ரொம்பவே விரும்பியதால் ராம்பாகனில் எனக்குச் சூட்டப்பட்டிருந்த செல்லப்பெயர் அது. படாதபாடுபட்டு வேலைக்காரன் அவர்கள் பிடியில் இருந்து தப்பி வந்தான்.

மறுநாள் மதிய உணவுக்குப் பிறகு நான் சிறிது நேரம் ஓய்வெடுத்துக் கொண்டிருந்தபோது ஒரு கனவான் என்னைச் சந்திக்க வந்திருப்பதாக வேலைக்காரன் வந்து சொன்னான். அவரை உள்ளே அழைத்து வரச் சொல்லிவிட்டு நான் படுக்கையில் இருந்து எழுந்தேன்.கண்ணாடி பார்த்து என் ஆடைகளையும் முடியையும் சரிசெய்துகொண்ட போது சட்டெனக் கண்ணாடியில் ஒரு பிம்பம் தெரிந்தது. திரும்பிப் பார்த்தேன். நந்தா தாதாவின் நண்பர் அவர்.

கதர் வேட்டியும் கதர் சால்வையும் அணிந்திருந் தார். பாதங்களில் மதராஸி செருப்புகள். கைத்தடி வைத்திருந்தார். தலைமுடி ஒட்ட வெட்டப்பட்டிருந்தது. துளிகூட வியப்பைக் காட்டிக்கொள்ளாமல், கணீர்

குரலில், "யார் நீங்கள்? இந்த நேரங்கெட்ட நேரத்தில் உங்களுக்கு இங்கு என்ன வேலை?" என்றேன். ஆனால் என் இதயமோ நடுங்கிக்கொண்டிருந்தது.

நந்தா தாதாவின் நண்பர் என்னை மேலும் கீழும் பார்த்துவிட்டு, "இங்கே என்ன செய்கிறாய் மானி?" என்று கேட்டார். நான், "என் பெயர் பெரோஸா பீபி" என்றேன். அவர் அறைக்குள் நுழைந்து கட்டிலில் உட்கார்ந்துவிட்டு, தனது கைத்தடியை வைத்தார். நான் அவர் அருகில் நின்று கொண்டிருந்தேன். அவர் என் வலது கையைப் பிடித்து "இங்கே உட்கார்" என்றார். நான் இயந்திரத்தனமாக உட்கார்ந்துவிட்டு, படுக்கை விரிப்பை லேசாகக் கிள்ளியெடுக்கத் தொடங்கினேன்.

அவர் பெயர் உபேந்திரா. "கடைசியில் நீ தேர்ந்தெடுத்த பாதை இதுதானா?" என்றார். "நீ படித்த படிப்பு உன்னை இந்த இடத்திற்கா கொண்டு வந்து சேர்த்திருக்கிறது?" நான் படாரென அவர் காலில் விழுந்து அழ ஆரம்பித்தேன். "நேற்றிரவு சாராயக் கடை மறியல் செய்துகொண்டிருந்தபோது உன் வேலைக்காரனிடமிருந்து பெரோஸா பீபியின் விலாசம் கிடைத்தது. மகாத்மா காந்தியின் போதனைப்படி நாங்கள் குடிப்பழக்கத்தை ஒழித்துக்கட்ட உறுதி பூண்டிருக்கிறோம். இதைச் செய்ய நாங்கள் விபச்சாரப் பெண்களையும் தேடிப் போகிறோம். பெரோஸா பீபியை வற்புறுத்தும் பொறுப்பு என்னிடம் ஒப்படைக்கப்பட்டது, இங்கே வந்து பார்த்தால் அவள் எனக்கு ஏற்கனவே தெரிந்த பெண்ணாக இருக்கிறாள். மானதா, இனிமேல் உன் வீட்டில் மதுவுக்குத் தடை என்பதை நினைவில் வைத்துக்கொள்" என்றார்.

என் வீட்டில் நடந்ததையெல்லாம் உபேன் பாபு சொன்னார். மனமுடைந்து போன அப்பா கல்கத்தா வீட்டை விற்றுவிட்டுக் கிராமத்துக்கே போய்விட்டிருக்கிறார். என் மாமா – நந்தா தாதாவின் அப்பா – காலமாகி விட்டார். நந்தா தாதா காந்திய இயக்கத்தில் சேர்ந்துவிட்டார். முகுல் தாதா பி.எல். தேர்வில் பாஸாகி இப்போது .... கோர்ட்டில் வக்கீலாக இருக்கிறார். அவர் மனம் முழுவதும் அவரது புத்தகங்களிலேயே இருந்ததால் அவர் சம்பாதித்தது ரொம்பவே குறைவு. கமலா மெட்ரிகுலேஷன் பாஸாகி, வங்காளத்திற்கு வெளியே ஏதோவொரு ஊரில் டாக்டருக்குப் படித்துக்கொண் டிருக்கிறாள். அவள் அம்மா அவளுடன் வசித்து வருகிறார். நந்தா தாதாவுக்கு இன்னும் கல்யாணம் ஆகவில்லை.

உபேன் பாபுவிடம் அடிக்கடி வந்து போகும்படி கேட்டுக் கொண்டேன். அதற்கு அவர், "எதற்காக உன்னைத் தேடி வந்தேனோ அந்த வேலையை முடித்துவிட்டேன். நீ உன் வீட்டில்

மதுவை நுழைய விடக்கூடாது. அவ்வளவுதான். இனி எனக்கு இங்கு வேலை கிடையாது" என்று சொல்லிவிட்டு எழுந்து கொண்டார். அவரைச் சாப்பிட்டுவிட்டுப் போகும்படி கெஞ்சினேன். ஆனால் அவர் வெற்றிலைத் தாம்பூலத்தைக்கூடத் தொட மறுத்துவிட்டார். இதேபோன்ற மன உறுதியுடன் இருந்த இளம் சுதந்திரப் போராட்ட வீரர்கள் சிலரை நாங்கள் சந்தித்திருக்கிறோம். பாவம் செய்பவர்களுடன் நெருங்கிப் பழகியபோதும் பாவம் செய்வதிலிருந்து விலகியிருப்பதில் அவர்கள் வெற்றி கண்டார்கள். அதன்பிறகு என் வீட்டுக்குள் மதுவுக்கு அனுமதியில்லை. இதில் என் பாபுவின் நண்பர்களுக்கு வருத்தம். என் பாபுவுக்கோ கோபம். உபேன் பாபுவுக்கு நான் எழுதிய கடிதங்களுக்கு அவர் சுருக்கமாகப் பதில் அனுப்பினார். இதைப் பார்த்து என் பாபு சந்தேகப்பட்டார். இதனால் நாளுக்கு நாள் எங்களிடையே மனக்கசப்பு அதிகமானது.

என் சிறுவயதில் உபேன் பாபு எங்கள் வீட்டுக்கு வந்து போவதைப் பலமுறை பார்த்திருக்கிறேன். அவர் நந்தா தாதாவின் பக்கத்து வீட்டுக்காரர். அவருக்குத் தூரத்து உறவினரும்கூட. என்னைப் பார்க்க வருமாறு நந்தா தாதாவுக்குப் பலமுறை சொல்லியனுப்பினேன். ஆனால் நான் இருக்கும் நிலையை அறிந்ததும் அவர் வர மறுத்துவிட்டார்.

என்னுடைய .... பாத்யாய பாபு அடுத்த மூன்று மாதங்களுக்குள் என்னைப் பிரிந்து சென்றுவிட்டார். முன்பு அவர் கொஞ்சிக் குலாவிய அந்த நடிகையின் வீட்டுக்கு அடிக்கடி போகத் தொடங்கினார். இப்போது வங்கிப் பணம் அந்த நடிகையிடம் வாரி இறைக்கப்பட்டது – கொஞ்சமும் பொறுப்பில்லாமல் அவர் பணத்தைக் கபளீகரம் செய்ததால் அடுத்த சில வருடங்களிலேயே அந்த வங்கி திவாலாகிப் போனது. இதனால் அந்த வங்கி அதிகாரி மட்டுமல்ல நாட்டு மக்கள் பலரும் நொடிந்தனர். பல வணிக நிறுவனங்கள் வீழ்ந்தன. வாழ்நாள் சேமிப்புகளை இழந்த பல்லாயிரக்கணக்கான மக்கள் பிச்சையெடுக்கும் நிலைக்கு வந்தனர். இதற்கெல்லாம் மூலக்காரணம் எது என்று ஆராய்ந்தால் உண்மை தெரியவரும். பிரசித்தி பெற்ற மாத இதழ் ஒன்றின் வியாபாரம்கூட நொடித்துப் போனது. அதன் மேனேஜர் விபச்சாரப் பெண்களுக்கு அடிமையாகிப் போயிருந்ததுதான் காரணம்.

இனி ஒரே ஆளுடன் இருக்கக் கூடாது என்று முடிவு செய்தேன். நன்றாகப் பாடுவேன் என்று பெயர் பெற்றிருந்ததால் நான் சோனாகாச்சிக்குக் குடிபெயர்ந்தேன். ராஜ்சாஹியைச் சேர்ந்த ஒரு இளம் ஜமீந்தார் – அவரொரு மொடாக் குடிகாரர்

– என்னிடம் வந்துபோகத் தொடங்கினார். அவருடன் அடிக்கடி தியேட்டருக்குப் போனேன். ஒருநாள் படம் பார்க்கும் பெட்டியில் உட்கார்ந்துகொண்டிருந்தோம். குடிபோதையிலிருந்த அவர் என்னிடம் ஆபாசமாக நடந்துகொண்டார். அடுத்த பெட்டியில் அவர் மாமியார் இருந்தது எனக்குத் தெரியாது – அவரும் கிழக்கு வங்காளத்தைச் சேர்ந்த புகழ்பெற்ற ஜமீந்தார் ஒருவரின் மனைவிதான். மருமகன் அடிக்கும் கூத்தைப் பார்த்துக் கூனிக் குறுகிப் போன அப்பெண்மணி கையோடு அவரைத் தன் வீட்டுக்கு அழைத்துச்சென்று விட்டார். இப்போது அந்த ஜமீந்தார் சத்யபாலா என்ற எனக்குத் தெரிந்த ஒரு விபச்சாரப் பெண்ணுக்கு ஆதரவளித்து வருகிறார். இன்றும் அவர் சமூகத்தில் பெரிய அந்தஸ்துடனேயே இருக்கிறார்.

பங்களா தோட்டங்களிலும் மாலை நேரத் தனியார் இசை நிகழ்ச்சிகளிலும் முஜ்ரா கச்சேரிகள் நடத்தினேன். இதில் பணம் வந்தது. ஆனால் ஆபத்தும் இருந்தது. பணக்காரர்களின் சபலத்துக்குத் தீனி போடுவது எவ்வளவு அருவருப்பானது என்பதை என்னால் வார்த்தைகளில் விவரிக்க முடியாது. தூக்கமேயில்லாமல் இரவுகளைக் கழிப்பது, போலியாகக் காதல் செய்வது, குடிகாரர்களைச் சமாளிப்பது என்று மனதும் உடலும் சோர்ந்து போய்விடும். எனக்கு நானே அடிக்கடி சொல்லிக்கொள்வதுண்டு. போதும், இதையெல்லாம் முடித்துக்கொள்ள வேண்டிய நேரம் வந்துவிட்டது என்று. மனம் திருந்த வேண்டும் என்ற எண்ணத்தில் மூழ்கிப் போய்விடுவேன். ஆனால் கட்டுப்படுத்தவே முடியாமல் எனக்குள் எழுந்த சலனம் ஒவ்வொரு முறையும் என்னைச் சுழலுக்குள் பிடித்திழுத்தது.

1924 இல், மழைக்காலத்தின்போது தாரகேஸ்வரில் சத்தியாக்கிரகப் போராட்டம் நடந்தது. மகந்த் சதீஷ் கிரியின் அதிகார துஷ்பிரயோகத்துக்கு எதிராகப் பல குற்றச்சாட்டுகள் எழவே கோயில் சொத்துக்களைப் பார்த்துக்கொள்ள அரசாங்கப் பொருளாளர் ஒருவரை நியமிக்கவேண்டி வந்தது. ஆனால் சுவாமி சச்சினானந்தா, சுவாமி விஷ்வானந்தா தலைமையில் மகாவீர் தளம் உறுப்பினர்கள் பொருளாளரைக் கோயிலுக்குள் நுழைய விடாமல் தடுத்தனர். இதற்கிடையில், தேசபந்து சித்தரஞ்சன் தாஸ் தலைமையிலான காங்கிரஸோ மகந்த் கோயில் சொத்துக்களைச் சொந்தம் கொண்டாட முடியாதென்றும், தெய்வ தரிசனம் செய்து வழிபட மக்களுக்கு உரிமை உண்டு என்றும் கூறி, மக்களை உள்ளேவிட வேண்டுமென்று வாதிட்டது. மகாவீர் தளம் முதல் மகந்த் வரை, அரசாங்கம் முதல் காங்கிரஸ் வரை, எல்லோருமே சண்டைச் சச்சரவுகளிலும் கொள்ளைகளிலும் இன்னும் பல கொடூரச் செயல்களிலும் சிக்கிக்கொண்டிருந்த காலம் அது.

எங்களில் ஒரு டஜன் பேர் தாரகேஸ்வருக்குப் புறப்பட்டோம். ஹூக்ளி, ஸ்ரீராம்பூர், ஷியோரபுலி மற்றும் இன்னும் பல பகுதிகளில் இருந்தும் எங்களைப் போலவே சகாக்கள் அங்கு வந்து சேர்ந்திருந்ததைக் கண்டோம். நாங்கள் பெண் தொண்டர் குழுவொன்றை உருவாக்கி, சத்தியாக்கிரகத்துக்காகக் கொஞ்சம் பணம்கூடத் திரட்டித் தந்தோம்.

மகந்தின் அரண்மனை வாசலில் நாங்கள் ஆர்ப்பாட்டம் நடத்த காங்கிரஸ்காரர்கள் அனுமதிக்கவில்லை. கோயிலைப் பாதுகாக்க வேண்டுமெனும் எண்ணமே எங்களுக்கு முதன்மை யாக இருந்தது. சுவாமி சச்சினானந்தாவைக் கைது செய்ய போலீஸார் வந்தபோது நாங்கள் அவரைச் சுற்றி வளையம்போல் நின்றுகொண்டோம். அவர்கள் தோல்வியுடன் திரும்பிச் சென்றனர். கோயில் வாசலில் நாங்கள் ஆள்மாற்றி ஆள் காவலுக்கு இருந்தோம்.

டாக்டர் பிரதாப் சந்திர ராயும் சந்தோஷ் குமாரி குப்தாவும் தாரகேஸ்வர சத்தியாக்கிரகத்தின் முக்கிய அமைப்பாளர்களாக இருந்தனர். எங்களை ஊக்கப்படுத்த தேசபந்து சித்தரஞ்சனும் கூட வருகை தந்தார். சத்தியாக்கிரக நிதியாகப் பல ஆயிரம் ரூபாய் வசூலாகியது. அதிலிருந்து ஏராளமான பணம் எங்கள் வசதிக்காகவும் சந்தோஷத்துக்காகவுமே செலவு செய்யப்பட்டது. எப்படியோ தாரகேஸ்வரர் பிரச்சினை முடிவுக்கு வந்தது. ஆனால் சத்தியாக்கிரகத்தின்போது அங்கு கண்ட அநாகரிகமான காட்சிகளை என்னால் மறக்கவே முடியாது. தொண்டர்களாக இருந்த விபச்சாரப் பெண்களுக்கும் தொண்டர்கள் வேடத்தில் இருந்த துஷ்டர்களுக்கும் இடையே தடையற்ற, பாவகரமான நெருக்கம் ஏற்பட்டது. தேசாபிமானிகளாகக் கொண்டாடப்பட்டவர்களுக்கோ அன்றைய இரவை யாருடன் கழிப்பது என்ற குழப்பம். சத்தியாக்கிரகத்தில் பங்குபெற்றவர்கள் எனக்கு விடுத்த அழைப்புகள் – இதையெல்லாம் பார்த்தபோது ஆன்மீகத்தை நிலைநிறுத்துவது இருக்கட்டும், தாரகேஸ்வரில் பக்தியின் ஒளியே அணைந்துபோய்விட்டதென முடிவு கட்டினேன்.

அங்குதான் புனித யாத்திரைக்கு வந்திருந்த சுக்ருதி என்ற பெண்ணைச் சந்தித்தேன். அவளுக்குச் சாவித்திரி என்று ஒரு சகோதரி உண்டு. அவர்கள் இருவரும் ஜோராசங்கோவின் பெயர் பெற்ற குடும்பம் ஒன்றைச் சேர்ந்தவர்கள். இலட்சுமியும் சரஸ்வதியும் மாறிமாறி அருள்பொழியும் குடும்பம் அது என்று எல்லோரும் பேசிக்கொள்வார்கள். சுக்ருதி, சாவித்திரி இருவருமே விபச்சாரத்துக்குள் நுழைந்துவிட்டனர். சோவாபஜாரில் வசிப்பு. அரசாங்க வக்கீலொருவர் சுக்ருதியின் வீட்டுக்கு அடிக்கடி வந்து போனார். சாவித்திரி சில வருடங்களுக்கு

முன்பு இறந்துவிட்டாள். அவள் இறப்பதற்கு முன்புவரை தேசப் பணியில் இருந்த ஒரு பிரபலமான நபர் அவளுடைய வாடிக்கையாளராக இருந்தார். ஒருகாலத்தில் வங்காளத்தின் பெருமையாகத் திகழ்ந்த குடும்பங்களெல்லாம் எப்படிச் சீரழிந்துவிட்டன! சுக்ருதியிடமிருந்து பல பெரிய தலைகளின் கதைகளைக் கேட்டறிந்தேன். சட்டத்துக்குப் பயந்து அவர்களின் பெயர்களை இங்குச் சொல்ல முடியவில்லை. ஆணும் பெண்ணும் கட்டுப்பாடே இல்லாமல் கலந்து பழக அவளது குடும்பமே வழிகாட்டியிருக்கிறது.

நந்தா தாதா ரொம்பவே கட்டுப்பாட்டுடன் இருப்பதாகவும், எந்தப் பெண்ணாலும் அவரைக் கவர முடியவில்லையென்றும் உபேன் தாதா சொல்லக் கேட்டேன். ஒத்துழையாமை இயக்கத்தின் நல்லொழுக்கங்கள் அவரது அறநெறியின் இழைகளை மேலும் வலுப்படுத்தியிருக்கின்றன. அவரது கடும் மனவுறுதியும், நல்ல செயல்களிலிருந்த நாட்டமும்தான் அவரது பிரம்மச்சரிய வாழ்வின் அச்சாணிகள். என்னைப்போல் நாவல்களும், கதைகளும், கவிதைகளும் படிக்காமல் இருந்தது அவருக்கு நன்மை பயத்திருக்கிறது. வறுமை அவரது நண்பனாக இருக்கிறது. இவரைப்போலவே நாட்டுக்குத் தூய்மையான மனதுடன் சேவை செய்யும் சிலர் இருக்கத்தான் செய்கிறார்கள் – ஆனால் அவர்களின் எண்ணிக்கை மிகக் குறைவு.

என்னைப் பற்றிப் பேசும்போது அவர், “மானதா மட்டும் அவளது பாவ வாழ்வின்மூலம் சேர்த்த எல்லாச் சொத்துக்களையும் விட்டுவிட்டு உடுத்தியிருக்கும் சேலையுடன் என்னிடம் வருவாளானால், இரு கைகள் நீட்டி அவளை வரவேற்று ஒரு சகோதரியைப் போல அவளை நேசிப்பேன். ஆனால் அவள் விபச்சாரியாக இருக்கும்வரை அவளுக்கும் எனக்கும் எந்த உறவும் கிடையாது” என்று சொல்லிவிட்டாராம்.

நான் புகைப்பிடித்ததில்லை, மது குடித்ததில்லை – இந்த இரண்டு பழக்கங்களும் விபச்சாரப் பெண்களின் பாதுகாப்புக்கு உதவுவதே இல்லை. என்னை இந்த இரண்டு பழக்கங்களுக்கும் அடிமையாக்க என் பாபுக்கள் எவ்வளவோ முயன்றனர். ஆனால் முடியவில்லை. மது குடிப்பதை நிறுத்தச் சொல்லி விபச்சாரப் பெண்களின் வீடுகளின் வெளியே உபேன் பாபு நீண்டநேரம் மறியல் போராட்டம் நடத்தியபோது என்னால் முடிந்த அளவு அவருக்கு உதவினேன்.

துர்கா பூஜையின்போதும், கிறிஸ்துமஸ் விடுமுறையின் போதும் சிறு நகரங்களில் இருந்து அலுவலக ஊழியர்களும் வக்கீல்களும் கல்கத்தாவுக்கு வந்து குவிவார்கள். அப்போதெல்லாம் அவர்கள் எங்களிடம் வருவார்கள். ஜமீந்தாரர்களாலும்

பரத்தைத் தொழிலில் ஒரு படித்த பெண் 107

வணிகர்களாலும் எப்போது வேண்டுமானாலும் வந்துபோக முடியும். அப்படியே வந்து போனார்கள். அவர்களில் ஏராளமானோர் கல்கத்தாவில் இருந்த தம் ஆசைநாயகிகளுக்கு மாதாந்திர உதவித்தொகைகளை அனுப்பி வைத்தார்கள். நவகாளியைச் சேர்ந்த ஒரு ராய் பகதூர், பர்த்வானின் ஒரு ஜமீந்தார், டாக்காவைச் சேர்ந்த ஒரு வளமான மருந்து வணிகர், ரங்க்பூரின் ஒரு வக்கீல் ஆகிய நால்வரிடமிருந்து எனக்கும் கொஞ்சம் பணம் வந்தது. எனக்கொரு தோழி இருந்தாள். பெயர் பிரபா. சித்பூரைச் சேர்ந்த ஒரு நகை வணிகரின் மகள். அவளது பாபுக்களில் ஒருவர் மைமேன்சிங்கைச் சேர்ந்த ஒரு வக்கீல். டாக்கா தொழிலதிபர் அவருக்குத் தெரிந்தவர். இப்படித்தான் அவர் என்னைச் சந்திக்க வந்தார். கல்கத்தா பாரிஸ்டர் ஒருவரின் திருமணமாகாத மகளும் அதே வீட்டில் பிரபாவுடன் வசித்து வந்தாள். இந்தப் புதிய ஆட்களின் சகவாசத்தோடு நான் சோனாகாச்சியில் என் நாட்களைக் கழிக்க ஆரம்பித்தேன். குறிப்பாக நான் பெயர் பெற்றக் குடும்பங்களைச் சேர்ந்தப் பெண்களுடன்தான் பழகினேன். பாரிஸ்டரின் மகளைப் போன்ற துணிச்சல் கொண்ட ஒரு சிலப் பெண்களைத்தான் நான் விபச்சாரத் தொழிலில் பார்த்திருக்கிறேன்.

இந்தச் சமயத்தில்தான் ஒரு கோரமான சம்பவத்தைக் கடந்து வந்தேன். அதைப்பற்றி இங்கே சொல்கிறேன். இந்தச் சமுதாயத்தில் எந்தளவு பாவம் புரையோடி இருக்கிறது என்பதை இது விளக்கும். இதற்கு ஒரு முடிவு கட்டுவது நமது தலைவர்களின் கடமை.

மத்திய கல்கத்தாவில் இருந்த பாதுர்பாகனுக்குப் பக்கத்து ஊரில் ஒரு ஜமீந்தார் இருந்தான். அவனது முன்னோர்க ளெல்லாம் பெயர் பெற்றுத் திகழ்ந்தவர்களாகத் தெரிகிறது. இந்த ஜமீந்தார் ஒரு சாத்தான். அக்கம்பக்கத்தாரின் மனைவிமார்கள் மீதே இவனுக்கு எப்போதும் கண். அவனது இந்தக் கேடுகெட்டச் செயலுக்கு உதவுவதற்கெனவே சில நண்பர்களையும் அடிப்பொடிகளையும் கூட வைத்திருந்தான். இவர்கள் தங்கள் எஜமானரின் காமப்பசியைத் தீர்ப்பதற்காக, திருமணமான பெண்களை ஏதேதோ சூழ்ச்சிகள் செய்து இவன் பக்கம் கவர்ந்திழுத்து வருவார்கள். இந்த அக்கிரமச் செயல்கள் கல்கத்தாவில் இருந்த அந்த ஆளின் மாளிகையிலோ அல்லது பக்கத்தில் இருந்த ஒரு பங்களாவிலோ நடந்தேறும்.

சில இல்லத்தரசிகள் தாமாகவே விருப்பப்பட்டு வந்தனர். மற்றவர்களோ தயக்கத்துடன் ஒப்புக்கொண்டனர். இவர்களில் பலருக்குப் பாடவோ குடிக்கவோ வராது என்பதால் இதையெல்லாம் செய்து ஆண்களைச் சந்தோஷப்படுத்த

சோனாகாச்சியில் இருந்தோ ராம்பாகனில் இருந்தோ பெண்கள் அழைத்து வரப்பட்டனர். நானும் அங்கு ஓரிருமுறை சென்றிருக்கிறேன். என் வேலை பாடுவது. நான் ஒரு இரவுக்கு நூறு ரூபாய் வாங்கினேன். நான் குடிக்கமாட்டேன். இரண்டோ மூன்றோ விபச்சாரப் பெண்களும் உடன் வந்தனர். அவர்கள் ஆண்களுடன் குடித்துக் கும்மாளம் போட்டனர்.

ஓர் இரவு என்னைப் பங்களாவுக்கு வரச் சொன்னார்கள். என் கட்டணத்தை முன்கூட்டியே வாங்கிக்கொண்டு, இரவு 8 மணிக்குப் போனபோது அழகான இல்லத்தரசி ஒருத்தி அங்கே இருப்பதைக் கண்டேன். அவளுக்குப் பதினெட்டோ பத்தொன்பதோ வயதிருக்கும். உருக்கிய தங்கம் போல் சருமம். அவளது இளம் முகம் முழுதும் கருணை பொங்கி வழிந்தது. எனக்குள் வேதனை எழுந்தது – இதுபோன்ற போக்கிரி ஜமீந்தாரர்களின் காமவெறிக்குப் பலியாகும் கற்புக்கரசிகள் பலரை நான் பார்த்திருக்கிறேன். பாவக்கணக்கில் அவர்களும் நாங்களும் சமம்தான். அன்றிரவு என்னால் மனம் லயித்துப் பாட முடியவில்லை. அந்த இளம்பெண்ணுடன் பேசுவதற்கு வாய்ப்பு கிடைக்குமா என்று பார்த்துக்கொண்டிருந்தேன்.

கேளிக்கை நிகழ்ச்சி ஆரம்பமானதும் ஜமீந்தாரும் அவன் நண்பர்களும் குடித்துக் கும்மாளம் போடத் தொடங்கினார்கள். நான் ஒன்றிரண்டு பாடல்கள் பாடினேன். மற்ற விபச்சாரப் பெண்களும் சேர்ந்துகொண்டனர். உள்ளே ஒரே வெக்கையாக இருப்பதாகச் சாக்கு சொல்லிவிட்டு அந்த இளம்பெண்ணிடம், "தோட்டத்தில் கொஞ்சம் நடந்து வரலாம் வா" என்று கிசுகிசுத்தேன். குளத்துப் படியில் அமர்ந்துகொண்டு நீண்டநேரம் பேசினோம். அவளது கதைச் சுருக்கம் இதுதான்: அவள் பெயர் அபராஜிதா தேவி. பிராமணப் பெண். அவள் தகப்பனார் பர்த்வானில் எங்கோ வசித்துவந்தார். தன் அத்தைக்காரி ஒருத்தியின் ஆதரவில் வாழ்ந்து வந்த ஒரு முகோபாத்யாவுக்கு இவள் கழுத்தை நீட்டியிருக்கிறாள். அந்த அத்தைக்காரிக்கோ பல சகோதரிகள். அவர்களெல்லாம் அவரவர் வீடுகளில் வாழ்ந்து வந்துள்ளனர். அவளது மாமனார் மாமியார் இறந்துவிட்டனர். முகோபாத்யாவுக்கோ வேறு சொந்தக்காரர்கள் யாருமில்லை. வாய்ப் பேசாத பூச்சி அவன். அமைதியானவன். அவனால் முடிந்தவரை தன் அத்தைக்காரியைச் சந்தோஷமாக வைத்திருக்க முயன்றிருக்கிறான். அப்போதுதான் அவள் இறந்த பிறகு அவளது வீடும் சொத்தும் தன் கைக்கு வருமென்ற நப்பாசையில்.

அபராஜிதாவுடைய கணவனின் அந்த அத்தைக்காரி முறைகேடான வழிகளில்தான் சொத்துக்களையெல்லாம் சேர்த்ததாகத் தகவல். இப்போது அந்தக் கிழவி தனது

அண்ணன் மகனுடைய 'மனைவிகளின்' கற்பை விற்றுப் பணம் சம்பாதிக்கிறாள். ஆம், இதற்கு முன்பே அபராஜிதாவின் கணவனுக்கு இருமுறை திருமணம் நடந்திருக்கிறது. இருவருமே தீயில் கருகி இறந்திருக்கின்றனர். அத்தைக்காரி சொல்வதுபடி பார்த்தால் அவர்களே தம் உடலுக்குத் தீ வைத்துக்கொண்டனராம். இந்தக் கணவனின் மூன்றாம் மனைவியான அபராஜிதாவுக்கு ஒரு மகன் உண்டு.

இவளது கணவனின் அத்தைக்காரி இவளையும் மற்றவர்களைப்போலப் பணம் சம்பாதிக்க அனுப்ப விரும்பினாள். ஆனால் அபராஜிதாவுக்கு இதில் துளியும் விருப்பமில்லை. அத்தைக்காரியோ விடாமல் இவளைச் சித்திரவதை செய்திருக்கிறாள். வஞ்சகமான டாக்டர் ஒருவன் அத்தைக்காரிக்கு ஆலோசனை சொல்லி உடந்தையாகவும் இருந்திருக்கிறான். இப்போதுவரை அபராஜிதா தனது கற்பை வெற்றிகரமாகக் காத்து வருகிறாள்.

"இப்போது என்ன செய்வாய்?" என்று அவளைக் கேட்டேன். "நீயும் தற்கொலை செய்துகொள்ளப் போகிறாயா?" அதற்கு அவள், "நான் ஏன் சாக வேண்டும்? என் அப்பா உயிரோடுதான் இருக்கிறார். எனக்கொரு சகோதரன் இருக்கிறான். எனக்கு மகன் இருக்கிறான். நான் தற்கொலை செய்துகொள்ள மாட்டேன்" என்றாள். வயதில் மிகச் சிறியவளான இந்த இளம்பெண்ணுக்குள் இருந்த உறுதியும் கட்டுப்பாடும் என்னை ஆச்சரியப்படுத்தியது. இவள் வயதுக்கு இவள் இன்னும் சிறுமிதான். படிப்பறிவு கிடையாது, எந்தப் புத்தகத்தையும் படித்தவளில்லை – எங்கிருந்து இவளுக்கு இவ்வளவு துணிச்சலும், மனவுறுதியும் கிடைத்தது?

நான் கேட்டேன், "அவர்கள் சொல்வதை நீ செய்யவில்லை யென்றால் உனக்கு என்ன கதி ஏற்படுமென்று உனக்குத் தெரியும்தானே?" அபராஜிதா, "தெரியும். என்னைக் கொன்று விடுவார்கள். என் கணவனின் இரண்டு மனைவிகளையும் அவரது அத்தைக்காரிதான் கொன்றாள். ஆனால் அவர்களாகவே தங்கள் உடலில் மண்ணெண்ணெய் ஊற்றித் தீ வைத்துக் கொண்ட தாக எல்லோரிடமும் சொல்லிவிட்டாள். ஆனால் ஒருவனின் இரண்டு மனைவிமார்களும் ஒரே மாதிரியாக அடுத்தடுத்து செத்துப்போனதை நம்புமளவிற்கு இங்கு யாரும் மடையரில்லை. இன்று முழுவதும் நான் அவளுடன் சண்டை போட்டேன். பொதுச் சந்தியில் அவள் குட்டை உடைத்துவிடுவேன் என்று பயமுறுத்தினேன். நீ மட்டும் அப்படிச் செய்யப் போனால் என் காலாலேயே உன் குரல்வளையை மிதித்து உன்னைச் சாகடித்துவிடுவேன் என்றாள் அவள். நான் உயிரோடு இருக்கும்வரை என் தலையிலிருக்கும் ஒற்றை மயிரைக்கூட

அவர்கள் தொட விடமாட்டேன் என்று சபதம் செய்திருக்கிறேன்" என்றாள்.

அவள் சொன்னதைக் கேட்டு வெட்கி நான் தலையைத் தொங்கப்போட்டுக் கொண்டேன். தேவலோகத்திலிருந்து இறங்கி வந்த தேவி அவள். நானோ நரகத்து நரகலில் நெளியும் புழு. இந்துச் சமூகம் என்னைப் போன்ற களங்கப் பிறவியான பெண்களை மட்டும் பெற்றெடுக்கவில்லை. அபராஜிதா போன்ற கற்புக்கரசிகளையும் கொண்டிருக்கிறது என்று தெளிவாகத் தெரிந்தது. அங்கு என்னைச் சுற்றி இருந்த காற்றுகூட என்னால் மாசுபட்டுப் போயிருக்குமென்றும், அவளது பரிசுத்தத்தைக் களங்கப்படுத்திவிடுமென்றும் பயந்து நான் அதற்குமேல் அவளிடம் அதிக நேரம் பேசவில்லை. அப்போது ஒரு கிழவியும் ஒரு ஆணும் – அத்தைக்காரியும் டாக்டருமென்று அபராஜிதா சொன்னாள் – எங்களை நோக்கி வந்தார்கள். நான் குனிந்து மரியாதையுடன் அபராஜிதாவின் பாதங்களைத் தொட்டுக் கும்பிட்டேன். அதன்பிறகு அவள் அவர்களை நோக்கிச் செல்லவே நான் ஒரு புதரின் பின்னால் மறைந்துகொண்டேன்.

அதன்பிறகு நான் கேளிக்கை நிகழ்வில் கலந்துகொள்ள வில்லை. உடம்பு சரியில்லை என்று சாக்கு சொல்லிவிட்டு அங்கிருந்து முன்னதாகவே கிளம்பிவிட்டேன். அன்றைய இரவு வந்த கொடுங்கனவுகள் என்னைத் தூங்கவிடவில்லை. இரண்டு நாட்கள் கழித்துத் தெரிந்தது, அபராஜிதா செத்துவிட்டாள். அவள் சமைக்கும்போது கவனக்குறைவால் ஆடையில் தீப்பற்றி எரிந்து போய்விட்டாளென்று அவள் கணவனின் அத்தைக்காரி போலீஸாரிடம் சொல்லியிருக்கிறாள். டாக்டரின் பரிசோதனையும் போலீஸாரின் விசாரணையும் பிரேத பரிசோதனை அறிக்கையும் உண்மையைச் சொல்லவில்லை. நான் ஒரு வாரம் முழுவதும் கடும் மன உளைச்சலிலும் பரிதவிப்பிலும் தவித்தேன். அபராஜிதாவின் இலட்சணமான முகம் இன்றும்கூட எனக்கு நினைவிருக்கிறது.

நமது வீடுகளில் நடக்கும் இதுபோன்ற சம்பவங்களைப் பற்றி நம் சமுதாயத்தின் தூண்களுக்குத் தெரிய வருகிறதா இல்லையா? கற்புடைய நம் இளம் மனைவியர் விடும் சாபங்களால் சமுதாயம் குழிக்குள் மூழ்கிக் கொண்டிருக்கும் அதேசமயம் காமவெறி பிடித்த முரடன்களோ சமுதாயத்தில் ஒரு உயர்ந்த அந்தஸ்தைப் பணம் கொடுத்து வாங்கிக்கொண்டு தலை நிமிர்ந்து நடக்கிறார்கள்.

ஒருநாள் காளிதாஸி என் வீட்டுக்கு வந்தாள். அவள் தோற்றம் அவளிருந்த அவலநிலையைக் காட்டிக் கொடுத்தது. அவளுடைய

வியாபாரி பாபு குதிரைப் பந்தயத்திலும் குடியிலும் பணத்தை வாரி இறைத்ததால் இப்போது ஓட்டாண்டி ஆகிவிட்டானாம். அவனது வியாபாரமும் படுத்துவிட்டது. காளிதாஸி கிட்டத்தட்ட இப்போது ஒரு மார்வாரி ஆளின் பிடியில் இருக்கிறாள். ஆனால் அவளிடம் பணமில்லை. எனவே அவளுடைய நகைகளை என்னிடம் ஐந்நூறு ரூபாய்க்கு அடகு வைக்க விரும்பினாள்.

விபச்சார விடுதிகளுக்கு அடிக்கடி வருபவர்கள் இரண்டு பிரதான பழக்கங்களுக்கு அடிமையாகி விடுகிறார்கள் – குதிரைப் பந்தயமும் குடியும். குதிரைமீது பந்தயம் கட்டி ஆயிரக்கணக்கில் பணம் பார்த்தவர்கள் எத்தனையோ பேர் உண்டு. ஆனால் அந்தப் பணம் அவர்களிடம் நிற்பதில்லை. ஜெயித்து எடுத்த பணத்தை அதிலேயே விட்டுவிடுகின்றனர். ரேஸ் நடக்கும் மாலைவேளைகளில் விபச்சார விடுதிகளில் கூட்டம் நிரம்பி வழியும் – ஜெயித்தவர்கள் கொண்டாட வருவார்கள். தோற்றவர்களோ துக்கத்தை மறக்க வருவார்கள்.

என்னிடம் பணம் இல்லை. ஆனால் எங்கள் கட்டடத்திற்குப் புதிதாக வந்திருந்த உஷாபாலாவிடம் பணம் இருந்த தென்று அறிவேன். காளிதாஸி கொண்டு வந்திருந்த நகைகளின் மதிப்பு எப்படியும் ஆயிரம் ரூபாய் இருக்கும். எனவே உஷாபாலா நான் சொன்னதற்கு இணங்கினாள். நகைகளை அடகு வைத்ததில் காளிதாஸிக்கு ஐந்நூறு ரூபாய் கிடைத்துவிட்டது.

பிறகுதான் தெரிந்தது இந்தப் பணத்தை அவளும் குதிரையிலும் குடியிலும் தொலைத்துவிட்டாளென்று. வியாபாரி பாபுவின் சகவாசத்தால் அவளும் இந்த இரு தீயப் பழக்கங்களையும் கற்றுக்கொண்டிருக்கிறாள் – இதுவே அவளது அழிவுக்கான பாதை. புதிய மார்வாரி இளைஞனுடனும் அவளுக்குப் பழக்க மிருந்தது என்றும் கேள்விப்பட்டேன். இதெல்லாம் சேர்ந்து அவள்மேல் நான் கொண்டிருந்த பரிதாபத்தைத் துடைத்தெறிந்து விட்டன. அவளால் உஷாபாலாவுக்குப் பணத்தைத் திருப்பிக் கொடுத்துத் தன் நகைகளை மீட்கவே முடியவில்லை.

காளிதாஸி இன்னும் உயிருடன்தான் இருக்கிறாள். என்னைப் போலவே அவளும் தன் பாவங்களுக்குப் பிராயச்சித்தம் செய்து கொண்டிருக்கிறாள். கொஞ்ச காலத்திற்கு முன்பு, அழுக்குப் பிடித்த குடிசைப் பகுதியொன்றில் ஒரு முஸ்லீம் பீடிவாலாவுடன் அவள் பச்சைப் பச்சையாகக் கேலிப் பேசிக்கொண்டிருந்ததைக் கண்டேன். விபச்சாரிகள் ஏன் இளம் வயதிலேயே செத்துப் போகிறார்கள் என்று எனக்குப் புரிந்தது. இருபத்தாறே வயதில் அவள் உடல் அறுபது வயதுக்காரியைப் போல் இளைத்து, காய்ந்து, சுருங்கிப் போயிருந்தது. குடிப்பழக்கம் எல்லாவிதமான வியாதிகளையும் கொண்டுவந்து சேர்த்திருக்கிறது. கட்டியிருந்த

சேலை மட்டும்தான் அவளது ஒரே சொத்து. நாளொன்றுக்கு இரு வேளை உணவு கிடைப்பதே திண்டாட்டம் – அப்படியும் அவள் தன்னைத் தவறாகப் பயன்படுத்த அனுமதிக்கிறாள். நான் நின்று அவளிடம் பேசவில்லை. பிருந்தாவனத்தில் மகந்த் சொன்னதை நினைத்துப் பார்த்தேன். விதியை யாராலும் தடுக்க முடியாது. அது நம் செயல்களின் விளைவு.

உஷாபாலாவைப் பற்றி இங்குச் சொல்லிவிடுகிறேன். ஃபரீத்பூரைச் சேர்ந்த ஒரு பிராமண வக்கீலுக்கு அவள் மணம் முடிக்கப்பட்டாள். ஒரு பணக்கார முஸ்லீம் குழு அவளை அவளது பிறந்த வீட்டிலிருந்து கடத்திச் சென்று கல்கத்தாவிற்குப் பக்கத்திலிருந்த பெலியாகாட்டாவில் அடைத்து வைத்தது. இதைப்பற்றிக் கேள்விபட்ட பெண்கள் பாதுகாப்பு சங்கத்தைச் சேர்ந்த மகேஷ் சந்திரா ஆதர்த்தி தனது சக உறுப்பினர்கள், போலீஸாரின் உதவியோடு அவளை அங்கிருந்து மீட்டார். இது கோர்ட் கேஸ் ஆனது. ஆனால் உஷாபாலாவின் கணவர் அவளை மீண்டும் ஏற்றுக்கொள்ள மறுத்துவிட்டார். பெண்கள் பாதுகாப்பு சங்கத்தின் இயக்குநராக இருந்த கிருஷ்ண குமார் மித்ராவின் வீட்டில் அவள் கொஞ்ச காலம் இருந்தாள். உஷாபாலா என்னிடம் "கிருஷ்ண குமார் மித்ரா என்னை அவரது சொந்த மகள் போல நடத்தினார்" என்றாள். "நான் படிக்க ஏற்பாடு செய்து, கைவினைப் பொருட்கள் செய்வதற்குக் கற்க என்னை ஒரு நிலையத்தில் சேர்த்தார். ஆனால் என்னால் கவனம் செலுத்தவே முடியவில்லை. என் ஆசைகளைக் கட்டுப்படுத்த சாத்தியப்படவில்லை. எனக்குப் பதினெட்டு வயதுக்கு மேல் ஆகியிருந்ததால் அவர்கள் என்னைக் கட்டாயப்படுத்தி அங்கு வைத்திருக்க முடியவில்லை. வாழ்க்கை என்னை எங்கெங்கோ இழுத்துச்சென்று கடைசியில் இங்கு கொண்டுவந்து நிறுத்தியிருக்கிறது. கொஞ்ச காலம் தெருவில் வெற்றிலைப்பாக்குகூட விற்றிருக்கிறேன்."

எங்கள் பெண்களின் வேதனை கொடூரமாக மாறும்போதெல்லாம், விபச்சாரப் பெண்களின் வீட்டுக்கு வருகை தரும் ஒரு கனவானை நான் பார்த்திருக்கிறேன். அவர் எங்களுக்குத் தாரக்-பாபு என்று அறிமுகம். அவரது நம்பிக்கைக்குரியவர்களாக நாலைந்து பெண்கள் இருந்தனர். அவர்களில் நானும் ஒருத்தி. எந்த உள்நோக்கத்துடனும் அவர் எங்களைத் தேடிவரவில்லை என்பதைக் கவனித்தோம். அவர் பெண்கள் பாதுகாப்பு சங்கத்தின் உறுப்பினரா அல்லது போலீஸ் துப்பறிவாளரா என்று எனக்குத் தெரியாது. ஆனால் முரடர்கள் இளம்பெண்களை மட்டுமில்லாமல் திருமணமான பெண்களைக்கூடக் கடத்திச் சென்று விபச்சார விடுதிகளில் ஒளித்து வைக்கிறார்கள் என்று அவர் என்னிடம் சொல்லியிருக்கிறார். சில சமயங்களில், தன் காதலனுடன் நெருக்கமாக இருக்க விரும்பும் பெண்கள் அதன் அவதூறுகளுக்குப்

பயந்துபோய், தானாக முன்வந்து இதுபோன்ற இடங்களில் வாழ நிர்ப்பந்திக்கப்பட்டார்கள். இதுபோன்ற வழக்குகளை விசாரிக்கவே அவர் இரகசியமாக விபச்சார விடுதிகளுக்கு வந்துபோனார். நாங்களும் எங்களால் முடிந்தவரை அவருக்கு உதவினோம்.

ஒருநாள் தாரக்–பாபு என்னிடம், "தெருவின் எதிர்ப் புறத்தில் இருக்கும் அந்த முழுக் கட்டடத்தையும் வாடகைக்கு எடுத்திருக்கும் பெண்ணைப் பற்றிக் கொஞ்சம் விசாரித்துச் சொல்ல முடியுமா? எனக்குச் சில தகவல்கள் தேவை" என்றார். நான் அங்கு போய்வர ஆரம்பித்தேன். அந்தப் பெண்ணுடன் நெருங்கிப் பழகி அவளது உண்மைக் கதையைத் தெரிந்து கொண்டேன்.

சில நாட்களுக்குப் பிறகு தாரக்–பாபு திரும்பி வந்தபோது அவரிடம் அதைச் சொன்னேன்: அவள் பிராமண குடும்பத்தைச் சேர்ந்தவள். பெயர் சுருச்சிபாலா. அவள் அப்பாவொரு ஓய்வுபெற்ற எஞ்சீனியர். இப்போது காசியில் வசித்துவருகிறார். சுருச்சிபாலா ஹூக்ளியைச் சேர்ந்த ஒரு இளம் பிராமணனுக்குக் கல்யாணமாகிப் போனாள். அவள் கணவனுக்கு ஏற்கனவே திருமணமாகியிருந்ததாகவும், அந்த வீட்டில் அவளுக்கென ஒரு இடம் கிடைக்கவில்லை என்றும் கூறினாள். அதனால் அவள் தன் அப்பாவுடன் வாழ்ந்துவந்தாள். சிறு வயதில் இருந்தே நாவல்களும் கதைகளும் படித்து வந்ததால் அவள் இயல்பாகவே வழிதவறிப் போகத் தொடங்கினாள். பெற்றோரின் கட்டுப்பாட்டில் இருக்க மறுத்து, காசியில் நிறைந்திருந்த ஆபத்தான ஆண்களில் ஒருவனுடன் கல்கத்தாவுக்கு ஓடிப்போனாள். இங்கு வந்த பிறகோ அவள் ஒவ்வொரு கையாக மாறி மாறி, கடைசியில் மானத்தை முழுவதுமாக இழந்துவிட்டாள். அருவருக்கத்தக்க நிலையில் அவளைக் கண்ட போலீஸார் அவளைக் கைது செய்தனர். அவர்கள் அவளை நீதிமன்றத்தில் ஆஜர்படுத்தியபோது நீதிபதிக்கு அவளை என்ன செய்வதென்று தெரியவில்லை. பெண்கள் பாதுகாப்பு சங்கத்தின் செயலாளரும் அயராத பணியாளருமாகிய மகேஷ் சந்திரா ஆதர்த்தி அன்றைய தினம் வேறொரு வேலை விஷயமாக நீதிமன்றம் வந்திருந்தார். மகேஷ்–பாபுவை அறிந்திருந்த நீதிபதி அவரிடம், "இந்தப் பெண்ணை உங்களோடு கூட்டிச் செல்லுங்கள். பெண்கள் பாதுகாப்பு சங்கத்தின் சார்பாக அவளுக்கு ஏதேனும் ஏற்பாடு செய்துகொடுங்கள்" என்றிருக்கிறார்.

சுருச்சிக்குக் கிருஷ்ண குமார் மித்ரா அடைக்கலம் கொடுத்தார். மீண்டும் அவள் ஒழுக்கமான வாழ்வு வாழ ஒரு தகப்பனைப் போல அவளுக்கு வழிகாட்டினார். ஆனால், தாராள மனப்பான்மையும், இரக்க சுபாவமும், எளிய இதயமும் கொண்ட அந்தப் பெரிய மனிதரை அவள் ஏமாற்றிவிட்டுத் தீயவர்களின்

வசீகரத்தில் மீண்டும் விழுந்தாள். பாவத்தின் பாதையைத் தேர்தெடுத்தாள். தற்போது அவளொரு பணக்கார இளம் பார்சியின் ஆதரவில் இருக்கிறாள். ஆங்கிலப் பெண்மணி போல் வாழ்கிறாள் – தோள்களுக்குக் கீழ் போகாமல் தலைமுடியைப் பாப்கட் செய்திருந்தாள். முழங்கால் அளவு பாவாடையும் அதற்குப் பொருத்தமாகப் பட்டு ஸ்டாக்கிங்சும் அணிந்திருந்தாள். சரளமாக ஹிந்தி பேசினாள். கொஞ்சம் ஆங்கிலமும் கற்றிருக்கிறாள்.

உன்னிப்பாகக் கேட்டுக்கொண்ட தாரக்–பாபு, "கிருஷ்ணா பாபுவின் வீட்டிலிருந்து அவள் ஏன் ஓடிப்போனாளென்று உனக்குத் தெரியாதென்று நினைக்கிறேன்" என்றார். நான், "தெரியாது, சுருச்சி அதை என்னிடம் சொல்லவில்லையே" என்றேன். தாரக்–பாபு, "கிருஷ்ண பாபுவின் மருமகன் சச்சினின் தங்கக் கைக்கடிகாரத்தை எடுத்துக்கொண்டு போய்விட்டாள். அதனால்தான் மகேஷ் பாபு அவளை மீண்டும் கோர்ட்டுக்குக் கொண்டுபோனார். அங்கு அவள் இந்தத் தொழிலுக்கு வர அனுமதி கேட்டகவே நீதிபதியும் அதற்கு ஒப்புதல் கொடுத்து அவளை விடுவித்துவிட்டார்" என்றார்.

எங்கள் பேச்சின் இடையே சுருச்சி சிரித்துக்கொண்டே அறைக்குள் நுழைந்தாள். அவள் கையில் பூக்களும் பழங்களும் கேக்கும் பிஸ்கட்டும் இருந்தன. அவளை உட்காரச் சொன்னேன். அவளோ நின்றபடியே, "மான்–தீ, இன்று காரில் ஹாக் மார்க்கெட்டுக்குப் போயிருந்தேன். இதெல்லாம் அங்கு வாங்கியதுதான். நாளை காலை நீங்கள் எங்கள் வீட்டுக்குத் தேநீர் குடிக்க வரவேண்டும். ப்ளீஸ் வந்துவிடுங்கள். இன்று அந்தக் கிழ முட்டாள் மகேஷ் ஆதார்த்தியைப் பார்த்தேன். எப்படியிருக்கிறாய், கிழ மடையனே? என்று கேட்டேன்" என்றாள்.

முடிவில் சுருச்சியைத் தாரக்–பாபு எப்படி ஒழுங்கு படுத்தினார் என்று எனக்குத் தெரியாது. ஆனால் அவளையும் உஷாவையும் பற்றி நினைக்கும்போது, அவர்களும் என்னைப் போலவே கேடுகெட்டவர்கள்தான் என்பதை உணர்ந்து கொண்டேன். என்னைப் போலவே அவர்களும் பெண்மையை முதன்முதலாக உணரத் தொடங்கிய காலத்தில் சபலத்துக்கு ஆளாகி, எல்லாக் கட்டுப்பாடுகளையும் துடைத்தெறிந்தவர்கள் – இப்போதோ ஆழம் காணாத கடலில் விழுந்து தத்தளிக்கிறார்கள். ஒழுக்கமான வாழ்வுக்குத் திரும்பி வர அவர்களுக்கும் வாய்ப்பு வழங்கப்பட்டது.ஆனால், என்னைப் போலவே விதி அவர்களுக்கும் அதிக வேதனைகளைத் தந்திருக்கலாம் – நமது செயல்களின் விளைவுகளை நம்மால் தவிர்க்கவே முடியாது.

10

புதுமையான முறை

சோனாகாச்சிக்கு வந்த பிறகு என் வருமானம் ஒரேயடியாகப் படுத்துவிட்டது. பல்வேறு நோய்களால் என் உடல்நிலையும் மோசமடைந்தது. சமையல் காரிக்கும் வேலைக்காரனுக்கும் மருந்துக்கும் நான் கணிசமாகச் செலவு செய்ய வேண்டியிருந்தது. நான் சில சமய சடங்குகளையும் செய்து வந்தேன் – குறிப்பாக சரஸ்வதி பூஜையை நான் தவறவிடுவதேயில்லை – ஆனால் என் வருமானத்தில் இனி முடியாது.

ஒரு வக்கீலும் ஒரு பாரிஸ்டரும் என்னிடம் வந்து போனார்கள். சட்டத் தொழிலில் மட்டுமல்ல ஆதரவளிப்பதிலும் அவர்கள் கூட்டாளிகள். விபச்சாரிகளிடையே இருக்கும் ஒரு குறிப்பிட்ட பழக்கத்தை உங்களுக்குச் சொல்கிறேன் – ஒருத்தி தன் பாபுவின் நண்பர்களுடன் தகாத உறவில் இருப்பது குற்றம். விபச்சாரப் பெண்கள் பலரும் தங்களின் சபலப் புத்தியால் இந்த விதியை இரகசியமாக மீறுவதுண்டு. ஆனால் உடன் தொழில் செய்பவர்களிடையே இது அவர்களுக்குக் கெட்டப் பெயரையே சம்பாதித்துத் தரும். இங்கு வரும் கனவான்களிடையே நிலவும் நட்பு முடிவுக்கு வருவது பெரும்பாலும் விபச்சாரி ஒருத்தியுடைய பாபுவின் நண்பர்களுக்கும் அவளுக்கும் ஏற்பட்டுவிடும் தகாத உறவால்தான். சில சமயங்களில் கைகலப்பாகும், சில சமயங்களிலோ மரணத்திலும் கூடப் போய் முடியும்.

பணவரத்து இல்லாமல் போன மோசமான நேரத்தில் நான் இந்த இரு நண்பர்களையும் என் காதலர்களாக ஏற்றுக்கொண்டேன். அவர்களிடையே எவ்விதமான போட்டிப் பொறாமையையும் நான் உண்டாக்கவில்லை.

விபச்சாரப் பெண்கள் பலரும் இதற்காக என்னை விமர்சித்தார்கள். ஆனால் என்னைப் பொறுத்தவரை நான் கடலில் விளையாடுபவள். பனித்துளியைக் கண்டு எனக்கென்ன பயம்? இந்தத் தொழிலைத் தேர்ந்தெடுத்தபோதே என் தலையில் மானக்கேட்டின் கிரீடத்தை அணிந்துவிட்டேன். பொலிதான் நாடகத்தில் வரும் பைத்தியக்காரியின் பாட்டு நினைவுக்கு வந்தது:

கள்ளக் காதலர்கள் யாருக்கும் பொருந்துவதில்லை
மானக்கேடெனும் அணிகலன் பூட்டிய
பெண்ணைத் தவிர.

எப்படியும் நான் நரகத்தில்தான் மூழ்கிக்கொண்டிருக் கிறேன். என்னால் முடிந்தளவு அதன் அடியாழம்வரை போய், அதன் அடுக்குகளில் பாயும் பல்வேறு நீரோட்டங்களை ஆராயலாமென்று நினைத்தேன்.

என்னுடைய வக்கீல், பாரிஸ்டர் பாபுக்களைத் தெரிந்திருந்த சில முக்கிய நபர்களும் கொஞ்சம் கொஞ்சமாக என்னிடம் வரத் தொடங்கினார்கள். எனக்குத் தாராளமாகப் பணம் கொடுத்தார்கள். உடனே எனக்கு ஒரு திட்டம் உதித்தது. இந்த இரு நபர்களும் கல்கத்தாவின் பல பிரபலங்களை நன்கு அறிந்தவர்கள் என்பது எனக்குத் தெரியும். எனவே, எனக்கு வாடிக்கையாளர்கள் பிடித்துத் தர இந்த இருவரையும் நியமித்தேன் – பதிலுக்கு, கிடைக்கும் பணத்தில் பாதியை அவர்கள் வைத்துக்கொள்ளலாம்.

கடைசியில் இப்போது நானொரு முழுநேர விபச்சாரியாகி விட்டேன். நான் ராம்பாகனில் இருந்தபோது, கீழ்மட்ட ஆட்கள் சிலர் தெருவில் போவோர் வருவோரை என் அறைக்குக் கூட்டிவந்து விட்டுப் பணம் வாங்கிப் போவார்கள். ஆனால் போலீஸ் கமிஷனராக டெகார்ட் இருந்தபோது இதெல்லாம் நின்றுபோனது. கல்கத்தாவில் இருக்கும் விபச்சாரப் பெண்களுக்குக் கனவான்கள்கூடப் புரோக்கர் தொழில் செய்வார்கள் என்று நான் அறிவேன். உண்மையில், எனக்கும் ஒரு பெரிய மனிதரைப் புரோக்கராக வைத்துக்கொள்ளும்படி இங்கிருக்கும் சில பெண்கள் அறிவுறுத்தினர்தான். ஆனால் என்னிடம் கொஞ்சம் மனசாட்சியும் ஒழுக்கமும் மீதி இருந்ததால் என்னால் அதைச் செய்ய முடியவில்லை. இப்போது நான் பாவ உலகின் எல்லைக்கே வந்துவிட்டதால், என் மனதில் கொஞ்ச நஞ்சமிருந்த நல்லவைகளையும் மிதித்துக்கொண்டு முன்னே செல்ல நான் தயங்கவில்லை.

என் இரு புரோக்கர்களான வக்கீலும் பாரிஸ்டரும் புத்திசாலிகள் மட்டுமல்ல தந்திரசாலிகளும்கூட. அவர்களின்

வேலையை வெகு திறமையாகச் செய்தார்கள். ஜமீந்தாரர்களின் நன்கு படித்த மகன்கள் முதல் அரசியல் தலைவர்கள் வரை, மிகவும் மதிக்கப்பட்ட டாக்டர்கள் முதல் சமூகச் சீர்திருத்தவாதிகள், பணக்கார வணிகர்கள் வரை நகரத்தில் இருந்த சிறந்த ஆட்களை என்னிடம் கூட்டி வந்தார்கள். வந்தவர்களில் பெரும்பாலானோர் நடுத்தர வயதினர் அல்லது கிழடுகள். வங்காளத்துக்கு வெளியே இருந்துகூட அவர்கள் ஆட்களைக் கூட்டி வந்தார்கள்.

நான்கைந்து மாதங்களில் என்னால் கொஞ்சம் பணம் சேர்க்க முடிந்தது. என் புரோக்கர்களுக்கும் கொழுத்த பணம் கிடைத்தது. என் மனம் எவ்வளவு குறுகி, சிறுமைப்பட்டுப் போய்விட்டது என்பதை உணர்ந்துகொண்டேன். தினம் தினம் பொய்கள், தொடர் ஏமாற்று வேலை, விடாமல் பணத்தின் பின் ஓட்டம் – இதெல்லாமும் சேர்ந்து என் ஆன்மாவைக் காட்டு மிருகங்கள் நிறைந்த காடாக மாற்றிவிட்டன. என்னை நானே கண்ணாடியில் பார்த்துக்கொண்டபோது, என் வனப்பும் நளினமும் மறைந்துபோய் அதற்குப் பதிலாக நரகத்தின் உருவம் அங்கு தெரிந்தது. எனக்கு வயதாகிவிட்டாலும், சோனாகாச்சியில் என் வக்கீல், பாரிஸ்டர் நண்பர்கள் என்னைக் கைவிட வில்லை. அவர்களின் ஆலோசனையின்பேரில் நான் பவானிபூர் சென்று அங்கு புதிதாகச் சம்பாதிக்க ஆரம்பித்தேன். உளவியலாளர்களுக்குத் தெரிந்த விஷயம், இந்த இழிந்த தொழிலில் இத்தனை வருடங்களில் நான் கற்றுக்கொண்ட விஷயம் – இந்த உலகில் மிக எளிதாகக் கிடைக்கக்கூடியவை எல்லாம் தனிக் கவர்ச்சி எதையும் கொண்டிராமல், உண்மை யிலேயே அழகானவையாக இருக்கலாம். ஆனால் அரிதாகக் கிடைப்பவை மேல்தான் அளவுக்கதிகமான ஆசை எழுகிறது. பாரிஸ்டரின் மைத்துனி நான் என்று பொய் சொல்லி, இனிமையான, நல்ல அமைப்புடன் இருந்த ஒரு வீட்டில் குடியேறினேன். கைக்கெட்டாத தூரத்தில் இருந்தபடி என் வாடிக்கையாளர்களைக் கவர முயன்றேன். இந்த யுக்தி வேலை செய்தது. சிறுவயதிலும் இளவயதிலும் நான் படித்த படிப்பும், பிறகு சமுதாயத்தின் அனைத்து அடுக்குகளிலும் இருந்த மனிதர்களோடு எனக்கிருந்த நெருங்கிய பழக்கமும் மனித மனத்தின் ஆழமான இரகசியங்களை அறிந்துகொள்ள எனக்கு உதவியது. அதனால், மிஸ் முகர்ஜி எனும் வேடத்தில் புன்னகை மிளிர உயர்குடி ஆள்களிடையே வெட்டி விஷயங்கள் பேசும்போதும், காமப் பார்வை வீசும் விருந்தினர்களின் கண்களுக்கு விருந்தாக, கரைந்துகொண்டிருக்கும் என் இளமை யின் புதிய வடிவை நவ நாகரிக ஆடைகளும் சைகைகளுமாகக் காட்டியபோதும், மாலை வேளைகளில் பூங்காக்களில்

காற்றுவாங்கியபடி உலாவுகையில் என் மைத்துனர் என்று சொல்லிக்கொண்டவரின் கையைப் பிடித்தபடி முன்பின் தெரியாதவர்களை என் ஒரே பார்வை வீச்சில் வீழ்த்தி நண்பராக்கிக்கொண்டு வீட்டுக்கு அழைத்து வந்து கச்சிதமான சுவைகொண்ட தேநீர் கொடுத்து உபசரித்து அவர்கள் மனதில் கட்டுப்படுத்தவே முடியாத காமத்தைத் தூண்டுவதில் பெரும் மகிழ்ச்சியை நான் உணர்ந்தபோதும், சுயநலம் கொண்ட என் இருண்ட பிரகிருதி எவர் கண்ணிலும் படவில்லை. மாறாக, நான் பின்னிய சிலந்தி வலையில் அனைவரும் சிக்கிக்கொண்டு என்னுடன் தனியாகப் பேசவே முயன்றனர். ஒப்புக்கொள்கிறேன், சில நேரங்களில் நானும் கூட . . . இருந்தாலும், என்னுடன் அப்போது யார் இருக்கிறாரோ அவர் மட்டுமே என் இதழ்களின் இடையே உள்ள தேனைச் சுவைக்கும் தேனீ என்றும், மற்றவர்களெல்லாம் வெறுமனே மனப்பால் குடித்துத் திருப்திபட்டுக்கொள்ள வேண்டியதுதான் என்றும் அவரை நம்ப வைப்பேன்.

எத்தனையோமுறை என்னை ஒரு கற்புக்கரசியைப் போல நான் காட்டிக்கொண்டதை நினைத்துப் பார்த்தால் இப்போது சிரிப்புதான் வருகிறது. ஒருநாள் மாலை, மேசையின் ஒருபுறம் மிஸ்டர் கோஸ்வாமியும், இன்னொருபுறம் புரபஸர் சவுத்ரியும் இருக்க நான் அவர்கள் எதிரே உட்கார்ந்திருந்தேன். இருவருமே பணக்காரர்கள். இருவருமே அழகன்கள். ஹார்மோனியத்தை என் உடலை ஒட்டியபடி ஒருமாதிரி ஆபாசமாக வைத்துக்கொண்டு, அவர்களுக்கு மேலும் வெறியேற்ற வேண்டுமென ஒழுங்காக இருந்த என் ஆடையை வேண்டுமென்றே லேசாக நழுவ விட்டுவிட்டுப் பாடத் தொடங்கினேன்:

இன்றிரவு ரகசிய சங்கமம்
எங்கே அவன்,
எவ்வளவு தூரம்
நான் போக வேண்டும்,
என் காதல் மலர்ந்தது அவன் ஸ்பரிசத்தில்,
நாட்களைக் கழிக்கிறேன் நான்
அவனைச் சந்திக்கவிருக்கும் மகிழ்வில்

மிஸ்டர் கோஸ்வாமி, “இப்போது சொல்லுங்கள், யாரிந்த அதிர்ஷ்டசாலி?” என்று கேட்டார். நான், “என் மனதிற்குப் பிடித்தவர், பூரணக் காதலர், அவர் நிஜ மனிதராக இல்லாமலும் இருக்கலாம்” என்றேன். புரபஸர் சவுத்ரியோ எனக்குப் பின்னால் கைகாட்டி, “இதோ வந்துவிட்டாரே, ஆண்களிலேயே பேரழகான உங்கள் இளவரசன் உங்களிடம் சரணடைய” என்றார். யார் வந்திருப்பது என்று நான் தலையைத் திருப்பிப் பார்த்தபோது இருவரும் ஹோவெனச் சிரித்தார்கள். பழம் பஞ்சாங்கம் போல

உடையணிந்திருந்த நடுத்தர வயது மனிதரொருவர் என் வக்கீல் பாபுவுடன் வந்துகொண்டிருந்தார். சங்கிலி, கைக்கடிகாரம், தலைக்கு வாசனைத் தைலம், மூக்குக் கண்ணாடி, கைத்தடி, சால்வை, முழங்கால் அளவு காலுறை, வெடித்த உதடுகள் என்று எல்லாமே காலத்துக்குப் பொருத்தமில்லாமல் இருந்தன. அவர் என்னிடம் வந்து, "நாங்கள் நீண்ட நேரமாக வெளியே நின்றபடி உங்களின் தேவகுரலைக் கேட்டுக்கொண்டிருந்தோம். கல்கத்தாவிலிருக்கும் ராம்பாகனில் உள்ள மோதி பீபியின் வீட்டில் ஒரே ஒருமுறை இதுபோன்ற தேமதுரத்தைக் கேட்டிருக்கிறேன். நான் கிழக்கு வங்காளத்தைச் சேர்ந்த ஒரு சணல் வியாபாரி. இந்த நகரத்தில் என்னிடம் இருந்து பணம் வாங்காத விபச்சாரிகளே கிடையாது. ஆனால் இன்று நான் கேட்டதைப்போல் வேறெங்குமே கேட்டதில்லை. நான் உன்னை விட்டுப் போகமாட்டேன். யாரிவர்கள்?" என்று கேட்டார். காதலுக்கு அச்சாரமாக உடனே எனக்கு ஒரு கினியா பொன் நாணயத்தைக் கொடுத்தார். என் காதலர்களின் முகம்போன போக்கைப் பார்த்த நான் வெறுப்பைக் காட்டும் ஒரு ஆங்கில வார்த்தையை உதிர்த்துவிட்டு "தர்வான், தர்வான்!" என்று கூவினேன். காவலாளி ஓடிவந்ததும் அவனிடம், "இஸ்கோ நிகால் தோ!" (இவரை இங்கிருந்து அனுப்பு!) என்றேன். பிறகு நானே அவரை வாசல்வரை சென்று விட்டுவர நினைத்து என் பின்னால் வருமாறு அவருக்குக் கை காட்டினேன். கேட் வரை சென்றதும் அவரிடம், "நான் உங்களுடையவள், வேறு யாருக்கும் நான் சொந்தமில்லை. ஆனால் நீங்கள் பார்த்து நடந்து கொள்ள வேண்டும். கூடத்தில் அமர்ந்திருக்கும் அவர்கள் இருவரும் என்னை அவர்களின் சகோதரியைப் போல நினைக்கிறவர்கள்" என்றேன்.

நேரமாகிவிட்டது. ஆனால் அவர்கள் இருவரும் விடாக் கண்டர்களாக இருந்தார்கள். அவர்களின் பொறுமைக்கு எல்லையே கிடையாது. மிஸ்டர் கோஸ்வாமி அவுஸ் ஆப் ஹாமில்டனின் தங்க சிகரெட் பெட்டியைத் தன் பாக்கெட்டில் இருந்து எடுத்து மேசையில் வைத்தார். நான் அதிலிருந்த சிகரெட்களை எல்லாம் வெளியே எடுத்து ஒரு காகிதத்தில் சுற்றிவைத்துவிட்டு அந்தப் பெட்டியை அலமாரியில் வைத்தபடியே, "இந்த விலைமதிப்புள்ள பொருளுக்காகவேணும் நீங்கள் தினம் மாலை மிஸ் முகர்ஜியைத் தேடி வர வேண்டும்; அவளுக்கான உங்கள் நேசம் குறைவதை நான் பார்க்கும் நாள்வரை இது உங்கள் கைக்கு வராது" என்றேன். உணர்ச்சிவசப்பட்டு என்னைப் பார்த்த மிஸ்டர் கோஸ்வாமி, "அது முடியுமா என்ன? நான் உன்னை மறக்கும் நாள் வருமா என்ன?" என்றார். புரபஸர்

சவுத்ரி சிரித்தார். "அப்படியென்றால் இனிப் பெட்டி இந்த ஜென்டில்மேனின் பாக்கெட்டுக்கு வரவே வராது போலிருக்கிறதே." தனது சிகரெட் பெட்டியின் விதி முடிந்துபோனதற்கு வருந்தி மிஸ்டர் கோஸ்வாமி சில நிமிடங்கள் மௌனம் காத்தார். நான் அவர்மீது இன்னொரு அம்பை எய்தினேன், "அப்படியா? வேட்டையாட யோசனையோ?" அவரோ, "என்ன சொல்கிறாய்?" என்றார். "சிங்கத்தின் குகைக்குள்ளே நுழைந்து அதன் அழகான குட்டியை வேட்டையாட யோசிக்கிறீர்கள், அப்படித்தானே?" என்றேன். "இதென்ன புதுக்கதை?" என்றபடி மிஸ்டர் கோஸ்வாமி கிளம்பப் போனபோது புரபஸர் சவுத்ரி, "ஆனால் கதையைவிட உண்மை விசித்திரமாக இருப்பதுண்டு" என்றார்.

மிஸ்டர் கோஸ்வாமி கிளம்பியதும் எனக்குத் தலைவலிப்பது போல் இருந்தது. மற்றொரு பலவீனமான இதயப் படபடப்பும் பொருத்தமாக வந்து சேர்ந்தது. எப்போதுமே கெட்ட எண்ணங்களுக்குச் சாக்கு கிடைத்துவிடும் –அப்படியே சோபாவில் சரிந்து விழுந்தேன். "அய்யோ, விளக்கு கண் கூசுகிறதே!" என்று நான் ஓலமிட்ட உடனே புரபஸர் சவுத்ரி அதை அணைத்துவிட்டார். நிலா வெளிச்சம் அறைக்குள் விழுந்தது. அவர் நாற்காலியைச் சோபாவுக்கு அருகே இழுத்துப் போட்டார். நான் எட்டி அவர் கையைப் பிடித்து என் முலைகள் மேல் வைத்துக்கொண்டேன். "ஆஹ்... புரபஸர் சவுத்ரி, மிஸ்டர் கோஸ்வாமிக்கு எப்படிப் பாடம் புகட்டிவிட்டேன் பார்த்தீர்களா? அவரது முந்நூறு ரூபாய் மதிப்புள்ள சிகரெட் பெட்டி இனி என்னுடையது என்பதைத் தெரிந்து கொண்டிருப்பார். இனி இந்தப் பக்கம் வருவாரென்று நினைக்கிறீர்கள்?" அவர் பதில் சொல்ல வந்தபோது நான் அவர் விரலில் இருந்த மோதிரத்தை நைச்சியமாகக் கழற்றிக் கொண்டே, "உங்கள் இருவருக்கும் டெஸ்ட் வைக்கிறேன் இப்போது. தியாகத்தின் நெருப்புப் பொறிதான் காமத் தீயை ஒளிர வைக்கும்" என்றேன். பிறகு ஒரு பாட்டை முணுமுணுத்தேன்,

   காதலின் உரைகல்லில்
   உன்னை உரசிப் பார்ப்பேன் இன்றிரவு.

உள்ளே நுழைந்த என் பாரிஸ்டர் நண்பர் அறை இருட்டாக இருப்பதையும், நிலா வெளிச்சத்தில் அறைக்குள் இரு உருவங்கள் தெரிவதையும் கண்டார். "சரி, அப்படியானால் நான் உறங்கச் செல்கிறேன்" என்று சொல்லிவிட்டுக் கதவைச் சாத்திவிட்டுச் சென்றார். என்னுடைய இந்த இரு புரோக்கர்களுமே தங்களின் சொந்தத் தொழிலில் சோபிக்கவில்லை. எனவே நான் அடித்த பணத்தில் பங்கு வாங்கிக்கொண்டு எனக்கு உதவி செய்தார்கள்.

பரத்தைத் தொழிலில் ஒரு படித்த பெண்

ஆனால் என் எண்ணங்கள் இன்னும் ஈடேறவில்லை. கிடைத்த பணம் போதவில்லை. அதுவும் அதில் பங்குபோட மேலும் இருவர் இருக்கும்போது எப்படிப் போதும்? ஒருநாள் என் பாரிஸ்டரிடம், "நீ லாயக்கில்லாதவன், ஒரு நல்ல கொழுத்த வேட்டையை இன்னும் உன்னால் பிடிக்க முடியவில்லை. வலையைக் கையில் வைத்துக்கொண்டு நகரத்தைச் சுற்றி வந்தால் மட்டும் போதாது. . . அதை வீசவும் தெரிய வேண்டும். அந்தச் சணல் வியாபாரி எப்பேர்ப்பட்ட கஸ்டமர் தெரியுமா. சும்மா பார்த்ததற்கே பொன் காசை விட்டெறிந்தான். என்னைத் தொட்டிருந்தால் இந்தத் துறைமுகத்தில் ஒன்றிரண்டு வியாபாரக் கப்பல்களைக்கூட எனக்காகக் கொண்டு வந்து நிறுத்தியிருப்பான். அவனை மீண்டும் பிடித்துவர முடியுமா பார்!" என்று எரிந்து விழுந்தேன்.

பாரிஸ்டர் புரோக்கர் கொஞ்ச காலம் எங்கோ போய்விட்டுப் பிறகு அற்புதமான வெற்றியோடு திரும்பி வந்தார். அஸ்ஸாமைச் சேர்ந்த ஒரு ஜமீந்தாரரின் மகன், பளபளப்பான பணக்கார இளைஞன் ஒருவனைப் பிடித்து வந்தார். அவன் பிரம்மச்சரியத்தில் சிறந்தவனாக இருந்தான். கொண்ட கொள்கையை உத்வேகத்துடன் சொன்னான். எங்கள் உபசரிப்பை ஏற்றுக் கொண்டு, வந்த அன்று மாலையே பிரம்மச்சரியத்தைப் போற்றிப் பாட்டுப் பாடினான். ஆண்களை ஏய்த்தே பழகியிருந்த நான், பிரம்மச்சரியம் பற்றி அன்றைய இரவு அவனுடன் தனியாகப் பேச வேண்டும் என்ற எண்ணத்துடன் இரவு சாப்பிட்டு முடித்தேன்.

அன்று நள்ளிரவு நான் விளக்குகளையும் மின்விசிறியையும் ஓடவிட்டுவிட்டு, இளம் ஆண் பெண்ணிடையே இயற்கையாக எழும் உடல் ஈர்ப்புக்கு எதிராகக் காத்திரமாகவும் கடுமையாகவும் பேசினேன். "இறைவன் படைத்த இந்தப் புனிதமான உலகத்தில், அப்பாவி ஆண்களையும் பெண்களையும் செயற்கையான வழிகளில் பாவத்தின் பாதைக்குக் கயவர்கள் கவர்ந்திழுக்கின்றனர்" என்றேன். அதற்குச் சான்றாக என் பாக்கெட்டில் வைத்திருந்த சில படங்களை எடுத்து அவன் முன்னே நீட்டினேன். அவை பாரீஸில் எடுக்கப்பட்டவை. திறமையான வேட்டைக்காரன் காக்கா குருவிகளை வீழ்த்துவதில்லை – அவன் இலக்கு சிங்கம் புலி போன்ற பயங்கரமான விலங்குகளே.

புகைப்படங்களில் இருந்த சில குறிப்பிட்ட ஆபாசமான காட்சிகளை நான் அவனிடம் காட்டியபோது அவனது மனத் தீவிரம் குறைந்திருப்பதைக் கண்டேன். உற்சாகத்துடன் கண்களாலேயே அவற்றைப் புசித்தான். பிறகு சொன்னேன், "ஆணுக்கும் பெண்ணுக்கும் நடக்கும் கல்யாணத்தாலோ அல்லது காதல் போன்ற சமாச்சாரங்களாலோதான் இதுபோன்ற

வெறுக்கத்தக்க செயல்கள் நடக்கின்றன. வாழ்நாள் முழுவதும் நீங்கள் பிரம்மச்சாரியாகவே இருக்கப் போகிறீர்கள் என்றால் நானும் உங்களுடன் சேர்ந்து இந்த உன்னதமான நற்செய்தியைப் பரப்ப உதவுவேன்." அவனோ, "உங்களிடம் இதுபோல் இன்னும் படங்கள் இருக்கிறதா?" என்று கேட்டான். இப்போது ஒரு பெட்டி நிறைய கொண்டு வந்து அவனிடம் கொடுத்தேன். என்னிடம் நெருங்கி வந்து உட்கார்ந்துகொண்டான். உடனே நான் எனக்குள் இருந்த போலி கன்னித்தன்மையைக் காட்டும்படி நானிருந்த நாற்காலியைத் தள்ளிப்போட்டுக்கொண்டேன். அவன், "எதற்காக இந்தப் புகைப்படத்தையெல்லாம் சேகரித்து வைத்திருக்கிறீர்கள்?" என்று கேட்டான். "பாவத்தில் இருந்து விலகியிருக்க வேண்டுமென்றால் எது பாவம் என்று தெரிந்திருக்க வேண்டும். அதனால்தான் இந்தப் படங்களை மிகக் கவனமாக வைத்திருக்கிறேன். ஆனால் விசித்திரத்தைப் பாருங்கள், இதிலிருக்கும் அருவருப்பான அசிங்கத்தை ஆராய்வதற்கு என் அறையின் தனிமையில் இவற்றைப் பார்க்கும் போதெல்லாம் என்னுள்ளே வெறுப்பான காமம்தான் வளர்கிறது. எப்படியென்றால்... இல்லை வேண்டாம். அதைச் சொல்ல எனக்கு ரொம்பக் கூச்சமாக இருக்கிறது. நீங்கள் பிரம்மச்சரியம் காக்க சபதம் பூண்டிருக்கிறீர்கள். உங்களிடம் சொல்ல வெட்கமாக இருக்கிறது. நெருங்கிய அழகான உறவின் சகவாசம்கூட எனக்குப் பாதுகாப்பு கிடையாது" என்றேன்.

கடிகாரம் மூன்றடித்தது. தூங்கப் போகலாம் என்றேன். அவன் சரி என்றதும் இருவரும் ஒரே அறையில் படுத்துக்கொண்டோம். நான் அமைதியாக இருந்தேன். தூங்குவதுபோல் நடித்துக்கொண்டிருந்தேன். அவனும் தூக்கம் வராமல் கிடந்தான். அவன் பெரிய பணக்காரன் என்பதை முன்பே தெரிந்து வைத்திருந்தேன். கடைசியில் நானே பேசினேன். "இந்த வீட்டை வாடகைக்குத்தான் எடுத்திருக்கிறேன். ஒரு இருபதாயிரம் ரூபாய் கிடைத்தால் இதை விலைக்கு வாங்கிவிடுவேன். பிறகு நீங்களும் நானும் இங்கேயே இருந்து இந்த உன்னதமான செய்தியை எல்லோருக்கும் பரப்பலாம். இல்லையென்றால், கூடிய சீக்கிரமே நான் இங்கிருந்து காலி செய்து போக வேண்டியிருக்கும். ஏற்கனவே மூன்று மாத வாடகை பாக்கி நூறு ரூபாய் தரவேண்டியிருக்கிறது" என்றேன்.

அவன் உடனே ஒப்புக்கொண்டு, "உங்களைப் போன்ற ஒரு துணை இருக்கும்போது என் சொத்து முழுவதையும் இந்தக் காரியத்துக்காகச் செலவு செய்ய நான் தயார்" என்றான். அவன் என்வசமாகி விட்டான். அவன் இன்னும் தூங்காமல் இருந்ததால் – அதற்கான வாய்ப்பும் இல்லை – என்

புதுக் கூட்டாளியை, புனிதமான சபதம் செய்திருக்கும் ஒரு மனிதனைக் கவனித்துக்கொள்ளும் வேலையில் இறங்கினேன். அவனருகே சென்று, "புது இடம் என்பதால் தூங்குவதற்குச் சிரமப்படுகிறீர்கள் போலிருக்கிறது. . . உங்களைக் கொஞ்சம் அக்கறையுடன் கவனித்தால் தூங்கிவிடுவீர்கள்" என்றேன். இப்போது எனக்கு எந்தப் பயமும் கிடையாது. அவன் தூய்மையானவன். நானும்தான். அவன் தலையை என் மடியில் வைத்து, என் விரல்களால் அவன் முடியை அளைந்து கொண்டே, "ஆண் பெண்ணின் மனவுறுதியைச் சோதித்துப் பார்க்க வேண்டியதும் அவசியம்" என்றேன். பாரீஸில் எடுத்த புகைப்படம் ஒன்றில் இருந்த காட்சியை எடுத்து அவன் கற்பனையில் வரைந்தேன். சட்டென அவன் என் பக்கம் திரும்பியதும் அவனது மனக் குழப்பத்தை நினைத்து உள்ளுக்குள்ளே சிரித்துக்கொண்டேன். நாங்கள் யட்சிகள். பேய்த்தனமான இன்பம்தான் எங்களுக்குச் சந்தோஷத்தைத் தரும். எவ்வளவு முடியுமோ அவ்வளவு அவனை வழிமாற்றி அத்துமீறவிட்டு, அவன் பக்கத்திலேயே என் படுக்கையையும் போட்டுப் படுத்துக்கொண்டேன்.

அடுத்த நாள் காலையில்தான் என்னவொரு மாற்றம்! முன்தினம் வரை முன்பின் தெரியாத ஆளாக இருந்த ஒருவன், எந்தவொரு பெண்ணையும் கல்யாணம் செய்துகொள்ளப் போவதில்லை என்று சங்கல்பம் செய்திருந்த ஒருவன், என்னுடைய மிகப் பெரிய பக்தனாகிவிட்டான். ஒரே நாள் இரவில் நான் சொன்னபடி நடக்கும் அடிமையாகி விட்டான். பெண்களிலேயே பேரரசியான இந்த மானி, இந்த விபச்சாரப் பெண், மிஸ் முகர்ஜி என்றும் அழைக்கப்படும் இவள் இல்லாமல் அவனால் வாழவே முடியாது. தேநீரும் பிஸ்கட்டும், விலக்கப்பட்ட பறவையின் முட்டைகள் இரண்டும் பரிமாறப்பட்டன. ஆனால் செல்லம் கொஞ்சும் அவன் பார்வை மட்டும் என்னைவிட்டு விலகவேயில்லை. நான் தேநீரைக் குடிப்பதில் மும்முரமாக இருந்தபோது, ஆறிப்போய்விட்ட அவனது தேநீரைக் கடகடவென்று குடித்து முடித்தான்.

இரண்டு மூன்று மாதங்களிலேயே வீட்டை வாங்கத் தேவையான இருபதாயிரம் ரூபாயைப் புரட்டிவிட்டேன். நகைகளாலேயே அலங்கரிக்கப்பட்டிருந்தேன். நகை அணிவதில் எனக்கிருந்த தயக்கம் போய்விட்டது. ஒருநாள் அந்த ஜென்டில்மேனிடம் நான் மட்டும் பிரம்மச்சரியத்தை வாழ்நாள் முழுக்கக் கடைபிடிக்கப் போவதாகவும், அவன் தயங்காமல் குடும்ப வாழ்க்கையில் ஈடுபடலாம் என்றும் சொன்னேன். அப்படி மாற நானும் அவனுடன் சேர்ந்திருக்க வேண்டும் என்று

சொன்னான். அதைக் கேட்டுக் காதைப் பொத்திக்கொள்ளும் பாவனையில் வேண்டுமென்றே என் ஆடையை நழுவவிட்டேன். உடனே அவன் பைத்தியக்காரனைப் போல் என்னிடம் ஓடிவந்தான். என்னைக் கட்டியணைத்து என் கன்னத்தில் மூச்சுத் திணற முத்தம் பதித்தான்.

திருமணம் செய்துகொள்ளும்படி அவன் வெகு சீக்கிரத்திலேயே கேட்டான். நான், "இதில் நான் முடிவெடுக்க முடியாது. தாதா பாபுதான் சொல்ல வேண்டும்" என்றேன். என் மைத்துனர் என்று அழைக்கப்பட்ட ஆசாமியோ நன்கு படித்த வங்காளப் பெண்ணுக்கும் அஸ்ஸாமிய ஆணுக்கும் திருமணம் செய்து வைக்க முடியாதென்று மறுத்துவிட்டார். தடுமாறிப்போன என் மாப்பிள்ளை இதிலிருந்து பின்வாங்கித் தன் காயங்களை நக்கிக்கொள்ளத்தான் முடிந்தது.

இளவரசர் கோபிகா பர்மன் ராய் நான் மேலே குறிப்பிட்ட இளம் ஜமீந்தாரரின் நெருங்கிய நண்பர். நான் நிராகரித்த மாப்பிள்ளை அந்த இளவரசரின் மாளிகைக்கு அடிக்கடி அழைக்கப்பட்டதாகக் கேள்விப்பட்டேன். என்னையும் அவனுடன் கூட்டிச் செல்ல விரும்பினான். என்னால் அவன் அழைப்பை ஏற்க முடியவில்லை. இருந்தாலும், எங்கள் வீட்டுக்கு வரும்படி என் மாப்பிள்ளை மூலமாக இளவரசருக்கு அழைப்பு விடுத்தேன். அவரோ அதைக் கண்டுகொள்ளவில்லை. என் பக்கம் என்ன தவறிருந்தது என்று எனக்குத் தெரியவில்லை. அந்தச் சமயத்தில் நானொரு விபச்சாரப் பெண்ணாக அறியப்பட்டிருக்கவுமில்லை.

என்னுடைய இந்த அசாதாரணமான வாழ்க்கையிலிருந்து பல சம்பவங்களை இங்கு சொல்லிவிட்டேன். கண்மண் தெரியாத ஆசையால் விரட்டப்படும்போது மனிதர்கள் செய்யும் அருவருப்பான செயல்களை என் வாசகர்களுக்குக் காட்டிவிட்டேன். புனிதமான அனைத்தையும் களங்கப் படுத்துவதில் மனிதர்களுக்குத் தனி ஆவலுண்டு. மறைப்பில்லாமல் இருக்கும் முகத்தை இரண்டாம் முறை திரும்பிப் பார்க்க மாட்டார்கள். ஆனால் திரைக்குப் பின்னால் இருக்கும் – பாவப்பட்ட ஒரு கையின் தொடுகையிலேயே பாழாகிவிடக் கூடிய – முகம்தான் ஒவ்வொருவரையும் சுண்டி இழுக்கிறது. வெளிப்படையாக ஆணின் சகவாசத்தைக் கோரும் பெண்களை ஆண்களுக்குப் பிடிப்பதில்லை – ஆனால், இந்தக் கேடுகெட்ட பாவ ஜென்மங்களோ கற்பிழந்து விடுவோமோ என்று நித்தமும் பீதியிலேயே இருக்கும் குடும்பப் பெண்களாகப் பார்த்து இழுத்து நரகலில் தள்ளிவிடவே விரும்புகின்றனர். உதாரணத் திற்குச் சொல்கிறேன்: கடும் பிரம்மச்சரியம் கடைப்பிடித்த என்

இளைஞனுக்கு என்ன ஆனது? அவன் செய்துகொண்ட சபதம் என்ன ஆனது? அவன் சபதத்தைக் கடைப்பிடித்த உறுதிக்கு என்ன ஆனது? அவனது உறுதியைச் சிதைக்கவும், அவன் கொண்டிருந்த எதிர்ப்பை ஏற்பாக மாற்றவும் ஒரு பெண்ணின் குறுகிய கால சகவாசமே போதுமானதாக இருந்துவிட்டதே! தனது சொத்தை, கௌரவத்தை, புகழை இழந்ததற்காக அவன் கவலைப்படவேயில்லை. அதையெல்லாம் இழந்து அவன் என்னிடம் கொண்டிருந்த விசுவாசத்தைக் காட்ட முடிந்ததற்காகச் சந்தோஷப்படவே செய்தான்.

நான் அவர்கள் எவரையும் மன்னிக்கவில்லை. செல்வம் கொழிக்கும் மாளிகைகளில் வாழ்ந்த பணக்கார மார்வாரி வணிகர்களின் வட்டத்தில் எனக்குப் பெரும் மதிப்பு இருந்தது. அவர்களிடமிருந்து நிறைய பணம் கறக்கவும் செய்தேன். என் வக்கீல் புரோக்கர் பிரசித்தி பெற்ற மார்வாரி ஒருவனை என்னிடம் கூட்டி வந்தார். முதல் பார்வையிலேயே அவன் என்னிடம், “பீபி சாஹேப், தொப்பையும் தொந்தியுமாக இருக்கும் என் இனப் பெண்களிடம் வனப்பே இல்லை. மற்ற இனப் பெண்களிடம் தான் இன்பம் கொட்டிக் கிடக்கிறது” என்றான். என்னைக் காதல் பேச்சு பேசச் சொல்லிக் கேட்பான். என் அன்பே என்று அவனை நான் அழைத்த ஒவ்வொரு முறையும் எனக்கு ஒரு தங்கக் காசு கொடுத்தான். முத்தத்திற்குக்கூட இரண்டு தங்கக் காசுகள் பிடுங்கினேன். அவன் பங்களாவிற்கு ஒருமுறை போய்வர முந்நூறு ரூபாய் வாங்கினேன். காமம் கண்ணை மறைக்கப் பிற பெண்களை மேயத் திரியும் இவர்களைத்தான் இந்து தர்மத்தின் துலாக்கோல் தூக்கிகள் என்பது எனக்குச் சுத்தமாக மறந்துபோய்விட்டது.

11

தேநீர் விருந்து

பவானிபூருக்கு நான் வந்ததில் இருந்தே நான் மிஸ் முகர்ஜி என்றுதான் அறியப்பட்டேன். இப்போது நான் மானதாவோ பெரோஸ் பீபியோ மானி தீதியோ கிடையாது. ஒவ்வொரு நாளும் புதுப்புது திட்டம் தீட்டினேன். அதில் முக்கியமானது தேநீர் விருந்து. வேலை முடிந்து என் புரோக்கர்கள் வந்து சேர்வார்கள். என் விருந்தினர்களோ எல்லா மட்டத்தையும் சேர்ந்தவர்களாக இருப்பார்கள். வெறும் ஒன்றிரண்டு மணி நேர சம்பாஷணையிலேயே நான் அவர்களில் ஒருவரைத் தேர்ந்தெடுத்துவிடுவேன். இந்த வழியில் என்னிடம் வந்தவர்களிடமிருந்து கொழுத்த பணம் பார்த்தேன் என்றாலும் நானும் அவர்களுக்காகச் செலவு செய்தேன். பணக்காரர்களின் பாக்கெட்களில் கையை நுழைக்காமல் நானும் என் இரு புரோக்கர்களும் பிழைப்பது எப்படி?

ஒருநாள் பாரிஸ்டரிடம் சொன்னேன்: “எனக்கொரு யோசனை. கல்கத்தாவின் வசதி படைத்த பிரிவுகள் – பெரிய தொழிலதிபர்கள், வணிக நிறுவனங்களின் உயரதிகாரிகள், சட்டமன்ற உறுப்பினர்கள், நீதிபதிகள், ஜமீந்தார்கள், வக்கீல்கள், பாரிஸ்டர்கள், பள்ளி ஆசிரியர்கள், புரபஸர்கள், தேசபக்தர்கள், சீர்திருத்தவாதிகள் – ஒவ்வொன்றில் இருந்தும் ஐந்து பேரைப் பொறுக்கியெடுங்கள். ஆடம்பர விருந்தொன்றை ஏற்பாடு செய்து அதற்கு அவர்களை வரவழையுங்கள்.”

மூன்றோ நான்கோ நாட்களுக்குப் பிறகு பாரிஸ்டர் என்னிடம் ஒரு பட்டியலைக் காட்டினார். அதிலிருந்த மூன்று பெயர்களை அடித்துவிட்டேன். இவர்கள் எனக்கு ஏற்கனவே தெரிந்தவர்கள். அந்த இடத்தைப் புதிய பெயர்களால் அவர் நிரப்பினார்.

விருந்து ஒரு ஞாயிற்றுக்கிழமை நடந்தது. விருந்தினர்களுக்கு என் கையொப்பமிட்ட அழைப்பிதழ்கள் நேரடியாகக் கொடுக்கப்பட்டன. பள்ளி ஆசிரியர்களில் ஒருவர் கூட வரவில்லை. ஒரே ஒரு நீதிபதி மட்டும் வந்திருந்தார். அவரும்கூட விருந்து முடிவதற்கு முன்னரே கிளம்பிவிட்டார். விருந்துக்கு அழைத்திருந்த வக்கீல்கள், பாரிஸ்டர்கள், தேசப்பணி செய்பவர்கள் ஆகியோரில் கிட்டத்தட்ட எல்லோருமே வந்துவிட்டனர். மற்றவர்களும் அப்படியே. குளிர்பானங்கள் பரிமாறப்பட்டன. வெளிநாட்டு மதுபானமும் இருந்தது. ஆனால் இதை எல்லோருக்கும் ஊற்றிக்கொடுக்கவில்லை. விருந்து நிகழ்வில் நான் பிரம்மோ சங்கீத் பாட்டு ஒன்றும், ரவீந்திரநாத்தின் நான்கு பாடல்களையும் பாடினேன். பிரதீப்குமார் ராயும் சில பாடல்கள் பாடினார். தேசத்துக்காக உழைக்கும் ஆண்களில் ஒருவர் என்னைத் தேசபக்திப் பாடல் ஒன்றைப் பாடச் சொன்னார். நான் ஒரு புதுப்பாட்டைப் பாடினேன்:

நீங்கள் என் கைகளைக் கட்டிவிட்டீர்கள்
எங்கள் இதயங்களை ஒன்றாகக் கட்டவில்லை
தங்கத்தை விட்டெறிந்து விட்டீர்கள், தெரியாமல். . .
முடிச்சுகள் போட்டுவிட்டீர்கள், தெரியாமல். . .
முப்பது கோடி தோழர்களுடன்
உங்களால் இந்த உலகையே வென்றிருக்க முடியும்
எளிதாக முடிந்திருக்கும். . .
இப்போதோ மிகத் தாமதமாகிவிட்டது. . .

பாடல் முடிந்ததும் அரசியல் விவாதங்கள் வெடித்தன. தேசபக்தர் ஒருவர் பத்ம சர்க்கார் என்ற தலைவரை விமர்சிக்கத் தொடங்கினார். இவருக்கு இரண்டோ மூன்றோ ஆசைநாயகிகள் உண்டென்றும், மோசடி செய்பவரென்றும் குற்றஞ்சாட்டினார். மிஸ்டர் கோஷ் எதிர்ப்பு தெரிவித்ததும், நாட்டுக்காக உழைக்கும் மற்றொரு தேசபக்தர் அவரைத் தாக்கிப் பேசினார். தேசபந்து சித்தரஞ்சன்தான் அத்தகைய ஆசாமிகளைத் தூண்டிவிட்டு மிகப்பெரிய தவறு செய்துவிட்டார் என்று கொஞ்சம்கூடத் தயக்கமின்றிச் சொன்னார். தேசபந்து தவறு செய்துவிட்டார் – இதைக் கேட்டதும் என் மனம் உடைந்து போனது. நானும் எதிர்க்குரல் எழுப்பினேன். “தேசபந்து செய்தது சரியா தவறா என்பதைத் தீர்மானிக்கும் தகுதி உங்களுக்கோ எனக்கோ கிடையாது. அவரது முடிவுகளை அலசி ஆராய்வது நம் போன்ற மனிதர்களின் சக்திக்கு அப்பாற்பட்ட செயல். அவர் யாரிடமும் விரோதமோ பழிவாங்கும் எண்ணமோ கொண்டதே கிடையாது – நீங்கள் குறிப்பிட்ட அந்த நபரைப் போன்ற ஒருவருக்கு இடம் கொடுக்கும் முன்பே தேசபந்து அவரைப் பற்றிச் சரியாகத் தெரிந்து வைத்திருப்பார். மல்யுத்த

வீரர்களின் சண்டைக்கும் ஒரு நோக்கமிருப்பதைப் போலவே, அந்த நபருக்குப் பொருத்தமான வேலையைச் செய்யவே தேசபந்து அவரை நியமித்திருப்பார்."

ஆனால் தேசபக்தர் விடவில்லை. "அந்த மனிதர் ஒரு துரோகி என்பதை யாரும் இன்னும் தேசபந்துவிடம் சொல்லவில்லை போலிருக்கிறது. அந்த நபரின் சாயம் இப்போது வெளுத்துவிட்டது. மகாராஜா கௌனிஷுக்கு இரகசியமாகத் தகவல் சொல்லியனுப்பியவர் அவர்தான்." நான் சொன்னேன், "ஏன் வரம்பு மீறிப் பேசுகிறீர்கள்? அதுவும் பத்மா பாபு இங்கு இல்லாத சமயத்தில். அவர் வருவது தெரிந்தால் பல முக்கிய விருந்தினர்கள் வரமாட்டார்கள் என்பதாலேயே இன்று நான் அவரை விருந்துக்கு அழைக்கவில்லை."

தேசப்பணியாளரோ பேசிக்கொண்டே போனார். "பிரேன் சாஸ்மல், ஜித்தன் பானர்ஜி, ஹேமந்த சர்க்கார் ஆகியோர் ஏன் வெளியேறினார்கள் என்று உங்களில் யாருக்காவது தெரியுமா?" விஷயம் விபரீதமாவதற்கு முன்பு நான் அவரை நிறுத்திவிட்டேன்.

மது அருந்த பாரிஸ்டருடன் இன்னொரு அறைக்குப் போயிருந்த மிஸ்டர் கோஷ் திரும்பி வந்ததும், "தவறாக நினைக்க வேண்டாம், மிஸ் முகர்ஜி. பெண்கள் ஹாஸ்டலுக்கு வெளியே இருந்த குப்பை மேட்டில் ஒரு இறந்த சிசுவின் உடல் கண்டுபிடிக்கப்பட்டதாக டாக்கா நாளிதழ்கள் எழுதி யிருந்தன. ஆணும் பெண்ணும் இக்காலத்தில் வரம்பு மீறிப் பழகுவதால் கிடைத்த பலன்தான் இது என்று உங்களுக்குத் தோன்றவில்லையா?" என்று கேட்டார். டாக்காவில் இருந்து வந்திருந்த ஒரு விருந்தினர், "ஒன்று இல்லை, பல சிசுக்களின் உடல்கள்" என்றார்.

நான் சொன்னேன், "வரம்பு மீறிய ஆண் பெண் பழக்கமொன்றும் தப்பில்லை. அவர்களுக்குத் தங்களைப் பாதுகாத்துக்கொள்ளத் தெரிந்திருக்க வேண்டும். அவ்வளவுதான். இப்போதெல்லாம் பையன்கள் படிக்கும் கல்லூரியிலேயே பெண்களும் படிப்பதைப் பார்க்கிறோம் – கூடப் பிறந்தவர்கள் போல அவர்கள் ஒருவருக்கொருவர் எவ்வளவு கண்ணியமாக நடந்துகொள்கிறார்கள் என்பதைக் கவனியுங்கள். இயற்கையின் விதி. . . சகோதர சகோதரிகளாய். . . அப்படித்தான் அவர்கள் ஒன்றாகப் பழகி. . ." மிஸ் முகர்ஜி என்னும் ஒரு படித்தப் பெண்ணாக எனக்கிருக்கும் பிம்பத்தைக் காப்பாற்றிக்கொள்ள என் விருப்பத்துக்கு எதிரான விஷயங்களை நான் ஆதரித்துப் பேச வேண்டியிருக்கிறது. கட்டுப்பாடில்லாத இந்த ஆண் பெண் பழக்கத்தால்தானே இன்று நானொரு விபச்சாரி ஆகி நிற்கிறேன்.

பரத்தைத் தொழிலில் ஒரு படித்த பெண்

மிஸ்டர் கோஷ், "இந்த இளைஞர்களெல்லாம் பனியைப் போலத் தூய்மையானவர்கள். பருவம் வந்த பெண்களுடன் நாள் முழுவதும் பழகினாலும் இவர்களிடம் எந்த உணர்ச்சியும் எழாது என்று சொல்ல வருகிறீர்களா?" என்று கேட்டார்.

அதற்கு நான், "நிச்சயமாக எல்லோரும் ஒரே மாதிரி இருக்கமாட்டார்கள்தான். அப்படியே உணர்ச்சிகள் தூண்டப் பட்டு எழுந்தாலும் – தீங்கில்லாத ஏதாவது அதனால் நிகழ்ந்தாலும் – அது மிகப்பெரிய தவறா என்ன? சுதந்திரமான நாடுகளில் இப்படி நிகழ்வது சகஜம். இதெல்லாம் ஒரு விஷயமா?" என்று கேட்டேன்.

மிஸ்டர் கோஷ் சொன்னார், "அப்படியென்றால் நம் நாடு இங்கிலாந்து போலவோ அமெரிக்கா போலவோ ஆவதைப் பார்க்க விரும்புகிறீர்களா?" என்று கேட்டார். எனக்கு என்ன பதில் சொல்வதென்று தெரியவில்லை. மிஸ்டர் கோஷ் தொடர்ந்து பேசினார்: "ஒழுக்கசீலர் ஹேரம்பா – பாபு நாடகக் கொட்டகைக்கு வழி சொல்வதுகூடப் பாவம் என்று உறுதியாக நம்பியவர் – அங்கு போகும் ஆணுக்கும் பெண்ணுக்கும் நேர்மையான எண்ணங்கள் இருக்காதென்றே தோன்றி யிருக்கிறது. தன் கல்லூரியில் ஒன்றாகப் படிக்கும் ஆணுக்கும் பெண்ணுக்கும் இருக்கும் நாட்டங்களைப் புரிந்துகொள்ள இரகசிய வாக்கெடுப்பு நடத்தியிருந்தால் அவருக்குத் தெரிந்திருக்கும். கட்டுப்பாடில்லாத ஆண் பெண் பழக்கத்தால் தான் டாக்காவின் இரண்டு பிரம்மோ குடும்பங்களுக்கு இடையே கட்டாயத் திருமணங்கள் நடந்தன என்பதையும், அதன் விளைவாக அவர்களில் ஒருவர் இந்து மதத்துக்கே திரும்பிப் போய்விட்டார் என்பதும் ஹேரம்பா–பாபுவுக்குத் தெரியாதா என்ன? ரமோலா குப்தா, லீலாவதி கோர்ட் கேஸ்கள் அவர் காதில் விழுவதில்லையா? இத்தனைக்கும் ரமோலா குப்தா அவரது சமூகத்தைச் சேர்ந்தவர்தான்."

இந்த விஷயத்தை இன்னும் பெரிதாக்க எனக்கு விருப்ப மில்லை. மாலை முடிந்து நேரம் வேறு போய்க்கொண்டிருந்தது. பெரும்பாலான விருந்தினர்கள் கிளம்பிவிட்டனர். கதராடை அணிந்திருந்த ஒரு இளைஞன் மட்டும் இருந்தான். அவன் பிரம்மச்சரியத்தைக் கடைப்பிடிப்பவன். ஆனால் அவனிடம் ஏதோவொரு விசேஷம் இருந்தது. இவனைப் போன்ற 'பிரம்மச்சாரி' இளைஞர்களும் இளம்பெண்களும் எண்ணிக்கையில் பெருகிக்கொண்டே போனால், நம் நாட்டைப் பீடைதான் பீடிக்கப்போகிறது என்று நினைத்துக்கொண்டேன்.

12

தோட்ட விருந்து

அடிப்படையில் நானொரு விபச்சாரி. இப்போதோ மதிப்பு மிக்க ஒரு குடும்பத்தைச் சேர்ந்த திருமணமாகாத பெண்ணாக நடிக்கிறேன் – இந்த மோசடியை இனியும் தொடர எனக்கு விருப்ப மில்லை. ஆயிரக்கணக்கில் பணம் சேர்த்துவிட்ட தால் இனி இந்தப் பாவப்பட்ட தொழிலைச் செய்ய வேண்டாமென முடிவு செய்தேன். ஆனால் நிறைவு கொள்ளாத என் புரோக்கர்கள் இருவரும் என் தயக்கத்தையும் மீறி என்னை இதில் ஈடுபட வைத்தார்கள்.

ராணி மாஷி உடலை விற்க என்னைத் தூண்டினாள். அதற்காக அவளைக் குறை சொல்லவும் முடியாது. அது அவளது தொழில். ஆனால், மதிப்பு மிக்கக் குடும்பங்களில் பிறந்து, உயர்ந்த பட்டப் படிப்பும் படித்துவிட்டு, இப்படி என்னை வற்புறுத்தும் என் புரோக்கர்களை நினைத்துப் பார்க்கும்போது, இந்த உலகில் நல்லது என்று ஏதாவது மிச்சமிருக் கிறதா? என்று யோசித்துப் பார்த்தேன். நன்கு படித்த கனவான்களும் விபச்சாரப் புரோக்கர்களாக இருக்கும் இனம் எங்களுடையது – அவர்கள் புரோக்கராக மட்டும் இருப்பதில்லை. அவள் தொழிலை விட்டுவிட நினைக்கும்போதெல்லாம் அதைத் தொடர அவளைத் தூண்டவும் செய்கிறார்கள். இதுபோன்ற கனவான்கள் மிக உயர்வாக மதிக்கவும் படுகிறார்கள். நான் பார்த்திருக்கிறேன். ஒரு விபச்சாரி தொழிலை விட்டுவிட நினைக்கும்போது மற்ற பெண்கள் அவளுக்கு உதவ வருவார்கள் – ஆனால் இந்தக் கனவான்களையும் அவர்களின்

தந்திரங்களையும் பாருங்களேன். ராம்பாகனில் இருக்கும் சுனி எனும் பணக்கார விபச்சாரி தூக்குப்போட்டுச் செத்துப்போனாள். அவள் எழுதிய கடைசி கடிதத்தில், "விபச்சாரியாக வாழ்வதை நான் வெறுக்கிறேன்" என்றிருந்தது. மற்ற பெண்களும் இந்தத் தொழிலைவிட்டுப் போகும்படி அறிவுறுத்தியிருந்தாள். மனம் வெறுக்கும் வெட்கக்கேடான தொழிலில் தொடர்ந்து ஈடுபடுவது எவ்வளவு வேதனை தரும் என்பதை வார்த்தைகளில் விவரிக்கவே முடியாது. ஒருநாள் என் வக்கீல் புரோக்கர் சொன்னார்: "டோம்டோமாவில் இருக்கும் .... பாபுவின் தோட்டத்தில் ஒரு விருந்து கொடுக்கலாம் என்றிருக்கிறேன்."

நான், "டோம்டோமாவில் ஏன்? விருந்து கொடுப்பதாக இருந்தால் அதை இங்கேயே நடத்துங்கள்" என்றேன். அவர் அதைக் கேட்கவில்லை. பணக்கார வாடிக்கையாளர்களைத் தோட்ட விருந்துகளில்தான் பிடிக்க முடியும் என்று காரணம் சொல்லிவிட்டார். விருந்தளிப்பவளாக என் பெயரை அச்சிட்டு அழைப்பிதழ்கள் விநியோகிக்கப்பட்டன. ஆனால் விருந்தினர்களின் பட்டியலைப் பற்றி நான் விசாரிக்கவில்லை. விருந்தன்று பாரிஸ்டர் வண்டியோட்ட என் சொந்தக் காரிலேயே டோம்டோமாவுக்குச் சென்றேன். அவருக்கு இடப்புறம் நான் உட்கார்ந்திருக்க, வக்கீல் எங்களுக்குப் பின்னால் இருந்தார்.

இந்து, முஸ்லீம் சமூகங்களைச் சேர்ந்த இரண்டு டஜன் ஆட்கள் அங்கு ஏற்கனவே வந்து சேர்ந்திருந்ததைக் கண்டேன். கதராடை அணிந்த இளைஞர் குழுவொன்று நிகழ்வை ஏற்பாடு செய்வதில் மும்முரமாக இருந்தனர். "யார் இவர்கள்?" என்று கேட்டேன். "........................ பாபு இவர்களை அழைத்திருக்கிறார். விருந்து அவர் செலவில்தான் ஏற்பாடாகி இருக்கிறது" என்றார் வக்கீல். குறிப்பிட்ட அந்தக் கனவானும் கதராடையும், காலில் செருப்பும் அணிந்திருப்பதைக் கண்டு எரிச்சலானேன். பிராத்தல்களில் இருந்தபோது இதே போல உடையணிந்த பல இளைஞர்களையும், நடுத்தர வயதுக்காரர்களையும் நான் சந்தித்ததுண்டு. ஆனால் அவர்களிடமிருந்து நான் சம்பாதித்தது சொற்பமே. எப்படி போலீஸார் அவர்களின் அதிகாரத்தைக் காட்டி எங்களை உபயோகித்துக் கொண்டனரோ அதே போல்தான் கதராடை தரித்த இந்தத் தொண்டர்கள் பலரும் எங்களிடம் நடந்துகொண்டனர். அவர்கள் சொல்வது: "தேசத்திற்கு உழைக்க எங்களை நாங்களே அர்ப்பணித்திருக்கிறோம். எங்களிடம் பணம் இருக்குமென்று எப்படி எதிர்பார்க்கிறீர்கள்?" யதார்த்தமான கலையைத் தேடிப் பல கவிஞர்களும், நாவலாசிரியர்களும்கூட எங்களிடம் வருவதுண்டு. நாகரிகமான

குரலில் பேசிக் கலையின் உண்மையான இயல்பை எங்களிட மிருந்து இலவசமாக எதிர்பார்ப்பார்கள். தொழிலதிபர்கள் மட்டும்தான் நான் எரிச்சலடைவதைக் கண்டு என்னைத் தவறாக எண்ணமாட்டார்கள்.

நான் மரியாதை நிமித்தமாக ஒரு பாட்டுப் பாடினேன். எனக்குப் பிறகு மேலும் ஒன்றிரண்டு பேர் பாடினார்கள். அதன்பிறகு விவாதம் பெண்கள் துன்புறுத்தப்படுவதைச் சுற்றி வந்தபோது எல்லோரிடமிருந்தும் கடுமையான பதில்கள் வந்து விழுந்தன. முஸ்லீம் சமூகத்தின் மௌனம்தான் கருத்துக்களின் முதன்மையான காரணமாக இருந்தது. எதிர்ப்பு தெரிவித்த ஒரு முஸ்லீம் கனவான் கூறியது: ‘இந்துப் பெண்கள் அவர்களாக விரும்பித்தான் முஸ்லிம் ஆண்களுடன் பழக வருகிறார்கள். இதற்கு முஸ்லிம் ஆண்களைக் குறை சொல்ல முடியாது.’ மௌலவி அக்ரம் கான் தான் கூட்டிய கண்டனக் கூட்டத்திலும் இதே கருத்தைத்தான் கூறினார். மைமேன்சிங்கைச் சேர்ந்த நன்கு படித்த கங்காணியான அப்துல் ரகீமின் திருமணமாகாத மகளும், குலாம் சாகிப்பின் மனைவியும் கதிஹாடி காவல் நிலையத்தில் துன்புறுத்தப்பட்ட விதம் பற்றிச் சில நாட்களுக்கு முன்பு வெளிவந்திருந்த நாளிதழ் செய்திகளைச் சுட்டிக்காட்டி நான் கேட்டேன்: “இந்தப் பெண்கள் இந்துக்களா? அக்ரம் கான் சாகிப் இதைப் பற்றி யோசித்துப் பதில் சொல்வாரா? ரகீம் சாகிப்பின் மகளைக் காப்பாற்ற இந்துக்களேனும் தங்களால் இயன்றவரை முயன்றார்கள். முஸ்லீம்களோ துரும்பைக்கூடக் கிள்ளிப் போடவில்லை. உள்ளூர் காவல் நிலைய ஆய்வாளர் கோஷல் மகாஷேய் ஒரு இந்து. தனது பணியை நிறைவேற்ற பிரம்மப் பிரயத்தனம் செய்தார்.” என் வாதத்தை மறுத்துப் பேச முடியாத மௌலவி சாகிப், புரட்சிக் கவிஞர் நஸ்ருல் இஸ்லாமின் திருமணம் இந்துக்களின் வற்புறுத்தலால்தானே நடந்தது என்று சொன்னார். அவரே, “இல்லையென்றால் பெண்ணின் சகோதரனிடம் சென்று பெண் கேட்க நஸ்ருல் துணிந்திருப்பாரா...” என்றபோது நான் இடைமறித்து, “சமயச் சடங்குகளின்படி முறையாகத் திருமணம் செய்துகொண்டவர்களைப் பற்றி நீங்கள் பேச முடியாது, அவர்களைப் பற்றி நீங்கள் எதுவும் சொல்லக்கூடாது” என்றேன். அவர் நிறுத்திக்கொண்டார். ஆனால் அவர் முகத்தில் கோபம் தெரிந்தது. ஆணும் பெண்ணும் சுதந்திரமாகப் பழகுவதால்தான் இதெல்லாம் நடக்கிறது. ஆனால் மணவாழ்க்கை கொஞ்ச நாள் நீடித்தால் அந்த உறவு நிரந்தரமாகி விடும்.

மௌலவி சாகிப் வெட்கமில்லாமல் மேலும் தொடர்ந்தார். “இந்துப் பெண்கள் பலரும் இப்போதெல்லாம்

மூடிக்கொள்ளாமலேயே சுற்றித் திரிகின்றனர். அவர்கள் வேண்டுமென்றே தம் குறிப்பிட்ட வலது புற அங்கத்தை மறைக்காமல் சேலை அணிந்து வெளியே வருவதற்கான காரணம் என்ன?" பதில் சொல்ல எனக்கு ரொம்பவே கூச்சமாக இருந்தது. விபச்சாரப் பெண்கள்கூடக் கவனமாக மூடிக்கொள்ளும் உடல் அங்கங்களை மறைத்துக்கொள்ளாமல் இருப்பதைத் திருமணம் ஆன, திருமணமாகாத பெண்கள் சிலர் நாகரீகம் என்று கருதிக்கொள்கின்றனர். நான் கடுங்கோபத்துடன், "பெண்களை அசிங்கப்படுத்தாமல் பேச முடியாதென்றால் நீங்கள் பேசாமல் இருப்பதே நல்லது" என்று வெடித்தேன்.

இச்சமயத்தில், ஒன்றிரண்டு ஆட்களைத் தவிர பல முக்கிய முஸ்லீம் நபர்கள் ஒன்றாகக் கிளம்பிச் சென்றுவிட்டனர். விருந்து கொடுக்கும் பெரிய மனிதரின் நெருங்கிய நண்பரென்றும், இந்து–முஸ்லீம் நல்லுறவுக்காக அயராது உழைப்பவரென்றும் என் புரோக்கர் மூலம் எனக்கு அறிமுகமாகியிருந்த இம்மனிதரின் நோக்கத்தை நான் சீக்கிரத்திலேயே புரிந்து கொண்டேன் . என் புரோக்கரை ஓரமாக இழுத்துச்சென்று, கடும் வெறுப்புடன் அவரிடம் சொன்னேன்: "இந்தப் பாவப்பட்டத் தொழில் இன்றோடு முடிவுக்கு வருகிறது. அவ்வளவுதான். பிராத்தலில் என் வாடிக்கையாளராகக்கூட நான் உள்ளே நுழையவிடாத ஆட்களை இங்கே கூட்டிவந்திருக்கிறீர்கள். நீங்களும் வெட்கங்கெட்ட உங்கள் படிப்பும்!" என்று குமுறினேன். அதற்குப் புரோக்கர் சொன்னார்: "இல்லாவிட்டால் இந்து–முஸ்லீம் ஒற்றுமை எப்படி உண்டாகும்? அவர்கள் இல்லாமல் விருந்து ஏற்பாடு செய்வது சரியாக இருக்காது. அதனால்தான் நான் ஆட்சேபிக்கவில்லை. பார்ப்பதற்கும் பண்பானவரைப் போலத் தெரிந்தார்."

திருமண வயது வரம்பை நிர்ணயிக்கும் சாரதா மசோதாவுக்கு எதிராக இப்போது சிலர் பேசத் தொடங்கினார்கள். இந்த விவாதத்துக்குள் போக நான் விரும்பவில்லை. ஆனால் என்னையும் பேசச் சொல்லி அவர்கள் வற்புறுத்தும்போது என்ன செய்வது? இத்தனை நேரமும் நானொரு முற்போக்குப் பெண் எனும் போர்வையில் பேசிக்கொண்டிருந்தேன் என்பதையே மறந்துவிட்டேன். என் மனதில் இருந்ததெல்லாம், பெண்மை பூக்கும்போது எழும் உடல் இச்சைகளைத் தீர்த்துக்கொள்ள வழிதெரியாமல், விரக்தியில் விழுந்து, கள்ளத்தனமான உறவுகளில் சிக்கிக்கொண்டு, விபச்சாரத்தில் அடைக்கலம் தேடும் நிலைக்குத் தள்ளப்பட்ட ஆயிரக்கணக்கான இளம்பெண்கள் மட்டுமே. தங்கள் மானம் போனதை மறைத்துக்கொள்ள முடியாதவர்கள்தான் இப்படிச் செய்தார்கள் என்று எனக்குப்

பட்டது – அவர்கள் சொற்ப எண்ணிக்கை என்று கருதிவிட முடியாது. சொல்லப்போனால் இதுபோன்ற கள்ள உறவுகள் எத்தனை வெளிச்சத்துக்கு வந்தன? மிஞ்சிப்போனால் ஆயிரமோ ரெண்டாயிரமோ இருக்கும் அவ்வளவுதான்.

எல்லோரையும் பார்த்துச் சொன்னேன்: "இயற்கையின் விதிப்படி பதினான்கு வயதில் பெண்களுக்கு ஆசைகள் எழுகின்றன. எனவே அதற்கு முன்பே அவர்களுக்குத் திருமணம் செய்துவைப்பதுதான் நல்லது." மௌலவி சாகிப், "மிஸ் முகர்ஜியிடமிருந்து இப்படியொரு பதிலை நான் எதிர்பார்க்கவேயில்லை" என்றார். நான், "இது என் கருத்து மட்டுமல்ல. சாரதா மசோதாவை ஆதரித்து அன்றொரு நாள் டவுன் ஹாலுக்கு மகளிர் அணி ஊர்வலம் சென்றார்களே. . . அவர்கள் ஒவ்வொருவரிடமும் தனிப்பட்ட முறையில் கேட்டுப் பாருங்கள். . . என் கருத்தைத்தான் அவர்களும் சொல்வார்கள்" என்றேன். இதற்குமேல் என்னால் கட்டுப்படுத்திக்கொள்ள முடியவில்லை. டாக்காவில் பெண்கள் விடுதியில் சிசுக்களைக் கொன்று எறிந்தது, தாஸ்களுக்கும் குஹாக்களுக்கும் இடையே நடக்கும் முறைகேடான திருமணங்கள் என்று நான் முக்கியமான நிகழ்வுகளை மேற்கோள்காட்டிப் பேசினேன். சையத் ஹுசேனுக்கும் மோதிலால் நேருவின் மகளுக்கும் இருந்த உறவையும் குறிப்பிட்டேன்.

"எனக்குச் சாஸ்திரங்கள் தெரியாது. தெரிந்துகொள்ளவும் விருப்பமில்லை. ஆனால், பெண்களின் மனத் தாகத்தைத் தணிக்க அவர்கள் முன்னே மதுக்கோப்பை நீட்டப்படும்போது, அதைத் தொடர்ந்து மறுக்கும் உறுதிகொண்ட பெண்கள் எத்தனை பேர் இருக்கிறார்கள்? இங்கிலாந்திலும் அமெரிக்காவிலும் நடப்பதைத்தான் பார்க்கிறோமே! நூற்றில் இருபது இளம்பெண்கள் திருமணத்துக்கு முன்பே குழந்தையைப் பெற்றுக்கொள்கிறார்கள். இதற்காகச் சமுதாயம் அவர்களை ஒதுக்கி வைப்பதில்லை. இந்தியாவும் அமெரிக்காவாக மாற வேண்டுமா என்பது வேறு விஷயம். அதற்கும் இதற்கும் சம்பந்தமில்லை" என்றேன்.

சாரதா மசோதாவுக்கு ஆதரவளித்து நடந்த ஆர்ப்பாட்டத்தைக் குறிப்பிட்ட மௌலவி சாஹிப், "இப்படித்தான் அன்றொரு நாள் தலாக் மசோதாவையும் நிறைவேற்றக்கோரி சுமார் முந்நூறு பெண்கள் ஆல்பர்ட் ஹாலில் கூடி ஆர்ப்பாட்டம் செய்தார்கள்" என்றார். எனக்கு என்ன பதில் சொல்வதென்று தெரியவில்லை. இந்துப் பெண்களாம், என்ன மாதிரியான மனநிலை இது? ஒட்டுமொத்த இந்தியாவுமே சோனாகாச்சியாக

மாறிவிட்டால் உங்களுக்கு ரொம்ப சந்தோஷமாக இருக்குமென்று நினைக்கிறேன். இதைச் சொல்லாமல், "பெற்றவர்கள் தங்கள் மகள்களைப் பதினான்கு வயதுக்கு முன்பே திருமணம் முடிக்கச் சொல்லி யாரும் வற்புறுத்தவில்லை. அப்படியே இது விவேகமில்லாத செயலாகக் கருதப்படுமானால், அது ஏன் விவேகமில்லாதது என்று இந்த நாட்டின் ஒவ்வொரு குடிமகனுக்கும் விளக்கம் தரப்பட வேண்டும். இதற்குப் பதிலாக, இந்துப் பெண்களின் பாலியல் நடவடிக்கைகளைப் போலீஸ் வரை கொண்டு செல்பவர்கள் தேசவிரோதிகள்தான். கூடிய விரைவிலேயே நாம் சுதந்திரம் பெறவிருக்கிறோம் என்பதால், இந்த இடைப்பட்ட காலத்தில் நாம் கொஞ்சம் பொறுமையாக இருந்தால்தான் என்ன?" என்று கேட்டேன்.

இந்தப் பாவத் தொழிலில் இனியும் இருக்கக் கூடாது என்று அன்று சபதம் செய்தேன். என் ஆசையை நான் இன்னும் நிறைவேற்றிக் கொள்ளவில்லைதான். ஆனால் அதற்காக முயல்வேன். நான் விபச்சாரத் தொழிலை விட்டுவிட்டேன். இதுவரை நான் சேர்த்து வைத்திருக்கும் பணம் என் மீதி வாழ்நாளைக் கழிக்கப் போதும். எப்போது இறப்பேன் என்று எனக்குத் தெரியாது. அதற்கு முன் என் பணம் தீர்ந்துபோகாது. நான் உயில் எழுதி வைக்கவேண்டுமென்று என் இரு புரோக்கர்களும் சொன்னார்கள். நானும் ஒப்புக்கொண்டு அதற்கான ஒரு வரைவை எழுதிவரச் சொன்னேன். அதைப் படித்துப் பார்த்தபோதுதான் தெரிந்தது, என் சாவுக்குப் பிறகு என் சொத்துக்கு அவர்களே வாரிசுதாரர்கள் என்று எழுதியிருந்தார்கள். இது நடக்கவே நடக்காது – விபச்சாரப் பெண்களுக்கும் கீழ்சாதியினருக்கும்தான் என் சொத்து செலவு செய்யப்பட வேண்டும் என்று சொல்லிவிட்டேன். ஒரு விபச்சாரியின் இறப்புக்குப் பிறகு அவள் சொத்துக்களை அரசாங்கம் கையகப்படுத்திக்கொண்டால் அவள் விருப்பப்படி அவை பயன்படுத்தப்படுவதில்லை. அதனால்தான் கல்கத்தாவின் விபச்சாரப் பெண்கள் பலரும் தங்கள் சொத்துக்களை இந்து சமய சீர்திருத்த அமைப்புகளுக்குத் தானமாகக் கொடுத்துவிடுகின்றனர். நானும் அதையே செய்யத் தீர்மானித்திருக்கிறேன். இந்து சபையும், இந்து மிஷனும்தான் இவ்விஷயத்தில் முன்னணியில் இருக்கின்றன.

பின்னுரை

மானதா தேவியின் கதை திடீரென முடிந்து போனதைப் போல் தோன்றினால், அதற்கான காரணங்களை நாம்தான் கண்டுபிடிக்க வேண்டி யிருக்கிறது. அவரது நினைவுக் குறிப்புகளைத் தொடர முடியாதபடி ஏதேனும் சம்பவங்கள் நடந்தனவா? அப்படியானால், அவருடைய கையெழுத்துப் பிரதி வெளியீட்டாளரின் கைகளுக்கு எப்படி வந்துசேர்ந்தது? இறுதியில் மானதா தேவிக்கு என்ன நேர்ந்தது?

1929ஆம் ஆண்டு மைமேன்சிங்கின் ஆர். சக்ரவர்த்தியால் முதன்முதலில் வெளியிடப்பட்ட இந்தப் புகழ் பெற்ற படைப்பை ஆராய்ந்து பார்த்த அறிஞர்கள், 'மானதா தேவி' இருந்தாரா என்பதில் சில சந்தேகங்களை எழுப்பினர். இந்தப் புத்தகத்துக்காகவே அப்படியொரு கதாபாத்திரம் உருவாக்கப்பட்டிருக்கலாம். இதேபோன்ற வேதனையான அனுபவங்களைக் கடந்து வந்த பல பெண்களின் ஒற்றை உருவமாக அவர் வார்க்கப்பட்டிருக்கலாம் என்று ஆய்வுகள் சொல்கின்றன. இல்லையென்றால், தான் யார் என்பது வெளியே தெரியாவண்ணம் அவர் தன் அடையாளத்தை வெகு திறமையாக மூடி மறைத்திருக்கலாம் என்பது இன்னொரு சாத்தியம்.

முதல் பதிப்பின் அறிமுகவுரையில் ஆசிரியர், "இந்தப் புத்தகத்தை விளம்பரப்படுத்த என் புகைப்படத்தையும் இதில் சேர்க்க விரும்பினேன். ஆனால் எனது சிறுவயது ஆசிரியரான முகுல்சந்திரா பானர்ஜி கேட்டுக்கொண்டதற்கிணங்கப் படத்தைச் சேர்க்கவில்லை" என்று எழுதியிருந்தார்.

புத்தகத்தை எழுதியவர் யார் என்ற கேள்வி நிலவுவதை ஆசிரியர் அறிந்திருந்தார். 1929இல் வெளிவந்த நான்காவது பதிப்பின் முன்னுரையில் அவர் பின்வருமாறு எழுதியிருந்தார்:

> கல்விமான் ஷ்யாம் சுந்தர் சக்கரவர்த்திதான் இந்தப் புத்தகத்தை உண்மையில் எழுதினார் என்றும், இதில் வந்த லாபத்தைப் பெருந்தகையாளர் ஜிதேந்திரலால் பந்தோபாத்யா பங்குபோட்டுக்கொண்டார் என்றும் *தைனிக் வங்கோபனி* எனும் நாளிதழ் எழுதியிருந்தது. விபச்சாரப் பெண்களில், மற்றவர்மேல் எவராவது ஒருவர் அபாண்டமாகப் பழிபோட்டால் ஒருவர் அதற்கு அபராதம் கட்ட வேண்டும். அந்தச் செய்திக் கட்டுரையை எழுதியவர் விபச்சாரம் செய்தவரா இல்லையா என்பது தெரியாத பட்சத்தில், அவர் சார்ந்த குழுவின் தலைவரிடம் இதற்குத் தீர்ப்பளிக்கும் பொறுப்பை விட்டுவிடுகிறோம்.

இதற்கு முன்பு, இரண்டாம் பதிப்பின் முன்னுரையில் அவர் பின்வருமாறு எழுதியிருந்தார்:

> என்னுடைய இந்த நினைவுக் குறிப்பு என்னுடையதுதானா அல்லது யாரேனும் ஆண் எழுதியதா என்ற கவலை சிலருக்கு இருப்பதாகக் கேள்விப்பட்டேன். பெண்களை ஆண்கள் கீழ்த்தரமாக எண்ணுவதால்தான் இன்று பெண்கள் தங்களுக்குச் சம உரிமை கேட்கும் நிலைக்குத் தள்ளப்பட்டிருக்கிறார்கள். புத்தகம் எழுதும் அளவிற்கு ஒரு விபச்சாரப் பெண்ணுக்குத் திறன் உண்டா என்று யோசிப்பவர்களுக்குச் சொல்கிறேன், நடத்தை கெட்ட ஆண்களால் புத்தகங்கள் எழுதவோ நாளிதழ்களைத் திருத்தவோ முடிகிறபோது, நடத்தை கெட்ட பெண்களால் அதைச் செய்ய முடியாதா? அவ்வளவு ஏன், நடத்தை கெட்ட பெண்கள் எழுதும் புத்தகங்களுக்குத் தனி மவுசு இருப்பதாகவும் கேள்விப்படுகிறோம்.

இவை எதுவும் இந்த நினைவுக் குறிப்பின் நம்பகத்தன்மையைக் குறைக்கவில்லை. தனிப்பட்ட சம்பவங்கள் மட்டுமல்லாது, சமுதாய, உளவியல் வர்ணனைகள்கூட இக்காலகட்டத்தின் – ஒருவரின் தனிப்பட்ட நடத்தை சமூகப் பாங்கு இவற்றைத் தீர்மானியவையாகச் சுதந்திர வேட்கையும் முற்போக்குச் சிந்தனைகளும் கல்வியும் இருந்த இக்காலத்தின் – மீது ஒரு அசாதாரணப் பார்வையை வீசி, நிஜ வாழ்க்கைக்கு நேர்மையாகவே எழுதப்பட்டிருந்தன. இந்த ஓட்டத்தில் பாலியல் இச்சையை உள்ளே கொண்டுவந்திருப்பதும்

குறிப்பிட்ட காரணத்துக்காகவே. உண்மையில், ஆசிரியர் இதை முற்றிலுமாக விலக்கிவிடவில்லை. தான் தேர்ந்தெடுத்த ஒழுக்க மீறல்களை எண்ணி அவர் வேதனைப்படும் அதே சமயம் தன்னால் உடல் இச்சைகளைக் கட்டுப்படுத்த முடியவில்லை என்பதையும் அவரே ஒப்புக்கொள்கிறார்.

முதல் பதிப்பின் முன்னுரையில் ஆசிரியர் பின்வருமாறு எழுதியிருந்தார்:

> இந்தப் புத்தகத்தின் தலைப்பைப் பார்த்ததும் இப்படியொரு நினைவுக் குறிப்பை எழுதுவதற்கான நோக்கமென்ன என்று வாசகர்கள் யோசிக்கக்கூடும். ஒரு உன்னதமான நபர் உன்னதமான நோக்கங்களுக்காகச் சுயசரிதை எழுதலாம். ஆனால் அது சமுதாயத்தை முழுவதுமாகப் படம்பிடித்துக் காட்டாது. நானொரு பாவி. கறைபடிந்தவள். நற்பெயர் பெற்றவள் இல்லை – எனவேதான் என் வாழ்க்கை உண்மைகளை என்னால் வெளிப்படையாக ஒப்புக்கொள்ள முடியும். உன்னதமானவர்கள் எவரும் இதைச் செய்தது கிடையாது. அவர்களால் அது முடியவும் முடியாது. பாவத்தின் உண்மையான இயல்பைத் தெரிந்துகொள்ள வேண்டியதும் அவசியம். எனது இளமைப் பருவத்தில் அது எனக்குத் தெரியாமல் போனதால்தான் நான் – நான் மட்டுமல்ல, என்னைப் போல் ஆயிரக்கணக்கான பெண்களும் விபச்சாரத்துக்குள் விழுந்தோம்.
>
> நான் விபச்சாரப் பெண்ணாக இருந்த காலத்தில் நான் அனுபவித்த துன்பங்களையும் மன உலைவுகளையும் நினைவுக் குறிப்புகளாக இப்புத்தகத்தில் எழுதியிருக்கிறேன். எங்கள் வாழ்க்கை சந்தோஷம் நிறைந்தது என்று நினைப்போரும், எங்களுடன் இணையத் துடிப்போரும் ஒன்றைப் புரிந்துகொள்வது நல்லது – இந்தப் பூமியில் நரகம் என ஒன்று இருக்குமானால் அது எங்கள் வாழ்க்கைதான்.
>
> என்னை எல்லோரும் வெறுத்து ஒதுக்குகிறார்கள். நானொரு தீண்டத்தகாதவள் – இந்தச் சமுதாயத்தில் எனக்கு இடம் கிடையாது. நான் அதற்குத் தகுதியானவளும் இல்லை. ஆனால், எங்களோடு தொடர்பு வைத்துக்கொண்டிருந்தபோதும், சமுதாயத்தின் உயர்ந்த நிலையில் புனிதர்கள் எனும் போர்வையில் இருந்த காமாந்தகர்கள்

சிலரைப் பற்றி நான் எழுதியிருப்பதைப் படித்துப் பார்த்தால், நாங்கள் என்ன மாதிரியான உலகத்தில் வாழ்ந்துகொண்டிருக்கிறோம் என்பது வாசகர்களுக்குப் புரிந்துவிடும். இந்த நயவஞ்சகர்கள் அப்பாவிப் பெண்களை எப்படிச் சீரழிக்கிறார்கள் என்பதை அறிந்து அதிர்ச்சி அடைவார்கள்.

எதிர்பார்த்ததைப் போலவே புத்தகத்தின் ஒட்டுமொத்தப் பிரதிகளும் வெளிவந்த சில நாட்களிலேயே விற்றுத் தீர்ந்து பெரிய வெற்றியடைந்ததைத் தொடர்ந்து, ஆசிரியர் இரண்டாம் பதிப்புக்குக் கீழ்க்கண்ட முன்னுரையைத் தந்தார்:

சிவபெருமான் அருளால் இப்புத்தகம் அதன் முதல் பதிப்பு வெளியான சில நாட்களுக்குள்ளாகவே இரண்டாம் பதிப்பு காண்கிறது. இந்தப் பதிப்பில் சில சேர்க்கைகளும் சிறு மாற்றங்களும் செய்யப் பட்டுள்ளன.

என் நினைவுக் குறிப்பில், பொறியாளர் ஒருவரின் மகளாகச் சுருச்சி பற்றிச் சில இடங்களில் குறிப்பிட்டிருக்கிறேன். இதைக் காரணம்காட்டி அவளது சகோதரர் என் மீதும், என் பதிப்பாளர் மீதும் வழக்கு தொடுக்கப்போவதாக வக்கீல் நோட்டீஸ் அனுப்பியிருக்கிறார். சுருச்சி விபச்சாரப் பெண் கிடையாது. அவள் என் வீட்டுக்கு வந்ததேயில்லை. நான் மதிப்பு மிக்க குடும்பத்தைச் சேர்ந்தவள் என்று தெரிந்ததால்தான் என்னை வீட்டுக்கு வந்து போக அனுமதித்திருந்தாள் என்று அந்த நோட்டீஸில் குறிப்பிடப்பட்டிருந்தது. கிருஷ்ணகுமார் பாபுவின் மருமகனுடைய கைக்கடிகாரத்தை அவள் திருடவில்லை, இன்னும் இதுபோல் என்னென்னவோ அதில் எழுதியிருந்தது.

இந்த நோட்டீஸுக்கு நான் பதிலளிக்கவில்லை. பதிலளிக்கப்போவதுமில்லை. கோர்ட் வழக்குக்காகக் காத்திருக்கிறேன். அது நிறைவேறினால், விபச்சாரப் பெண்களின் உலகைப் பற்றிய உண்மைகள் வெளிவந்து இந்த நாட்டுக்குப் பயனே அளிக்கும். . .

'கெட்டுப்போன' பெண்ணுக்கு மதிப்பில்லை என்றே தோன்றுகிறது. அவளை எவரேனும் அவமதித்தால் அது சட்டத்தின் பார்வைக்கு அவதூறாகத் தெரிவதில்லை. ஆனால் அதே சட்டம் "கெட்டுப்

போன" ஆணுக்கு உதவுகிறது. ஏனெனில் சட்டத்தை இயற்றியவர்கள் ஆண்கள்தானே. சட்டத்தில் இருக்கும் இந்த ஓட்டைதான் தானொரு விபச்சாரப் பெண் இல்லையென்று சுருச்சியைப் பொய் சொல்லத் தூண்டியிருக்கிறது என்று என் வக்கீல் சொன்னார். ஆண் பெண் சம உரிமை கோரும் காங்கிரஸ் கட்சிக்காரர்கள் சட்டத்தின் வழியாக இதற்கொரு வழி கண்டுபிடிக்க முடியாதா? விபச்சாரப் பெண்கள் மேல் இப்படித் தங்களின் அனுதாபத்தைப் பகிரங்கமாக வெளிப்படுத்துவதால் அவர்கள் மேல் புதிதாக எந்த விமர்சனமும் எழுந்துவிடப்போவதில்லை. காங்கிரஸ் கட்சியின் சபையில் இருக்கும் இந்தக் குறிப்பிட்ட வகையினரைப் பற்றி மக்களுக்கு நன்றாகவே தெரியும். அடுத்த கூட்டத்தில் எங்களின் இந்தக் கோரிக்கைகளை எவரும் முன்வைக்காவிட்டால், சம உரிமை கேட்டு உரக்கக் குரல் தருபவர்கள் எல்லோருமே பொய்யர்கள் என்று நாங்கள் முடிவுகட்டி விடுவோம். ஒன்று எங்கள் கோரிக்கைகளை நிறைவேற்றுங்கள், இல்லையென்றால் 'கெட்டுப் போன' ஆண்களைக் காங்கிரஸ் சபையிலிருந்தும் மற்ற இடங்களிலிருந்தும் வெளியேற்றச் சட்டம் இயற்றுங்கள்.

புத்தகத்துக்கு வணிக ரீதியான வெற்றி ஒருபுறம் தொடர்ந்து கொண்டேயிருக்க, சமுதாயத்தின் உயர்வர்க்கத்தினர், கீழ்வர்க்கத்தினர் இருவரிடமிருந்தும் அதற்குப் பாராட்டுக்கள் குவிந்த அதே சமயம் எதிர்பார்த்தபடியே ஒழுக்கம் சார்ந்த சீற்றங்களும் தீவிர அவதூறுகளும் பெருமளவில் வந்தவண்ண மாக இருந்தன. இதன் விளைவாக நான்காவது பதிப்புக்கு ஆசிரியர் கொடுத்த முன்னுரை பின்வருமாறு:

நாங்கள் கேட்காமலேயே வந்து சேர்ந்த நேர்மறை, எதிர்மறை விமர்சனங்களின் விளைவாக முதல் மூன்று பதிப்புகளின் நாலாயிரம் பிரதிகளும் விற்றுத் தீர்ந்துவிட்டன, எனவே நான்காவது பதிப்பைக் கொண்டு வருகிறோம். இதிலும் சில சிறிய மாற்றங்கள் செய்யப்பட்டிருக்கின்றன.

கௌரவமான நாளிதழ்கள் சில இப்புத்தகத்தில் ஆபாசத்தின் நெடி இருப்பதாகக் காட்டமாக எழுதியிருந்தன. ஆனால், நாட்டின் மதிப்பிற்கும் மரியாதைக்கும் உரிய தலைவர்கள் பலரும், இலக்கிய

ஜாம்பவான்கள் பலரும் மேலே குறிப்பிட்ட ஒழுக்க சீலர்களின் கருத்துக்களை எதிர்த்திருப்பதோடு அதை எங்களுக்குத் தெரிவிக்கவும் செய்தனர். . .

பிரபு பாதா அதுல் கிருஷ்ண கோஸ்வாமி இந்தப் புத்தகத்தைப் பற்றி, "ஒரு குழந்தையால் தன் தாயின் முலைகளிலிருந்து தாய்ப்பாலைத்தான் உறிஞ்ச முடியும். ஆனால் அட்டைப் பூச்சியோ இரத்ததைத் தவிர வேறெதையும் உறிஞ்சாது" என்று எழுதியிருந்தார்.

சமகாலப் பத்திரிகைகள் அவ்வப்போது எங்களை ஆதரித்தன. அமிர்த பஜார் பத்திரிகை நாளிதழ், "தற்போதைய நவீன இந்து சமூகத்தில் தொடர்ந்து பின்பற்றப்பட்டுவரும் சில தீங்குகளை வெளிப்படுத்தியிருப்பதைத் தவிர இதில் வேறெதுவும் இல்லை" என்று எழுதியிருந்தது.

இருப்பினும், வணிக நோக்கம்தான் புத்தகம் வெளியாக முதன்மையான காரணம் என்பதை மறுக்க முடியாது. ஏனெனில் மானதா தேவியின் புத்தகத்தில் வரும் அதே ரமேஷ் சந்திர முகோபாத்யாவின் சுயசரிதை என்று சொல்லப்பட்ட புத்தகம் அடுத்து வெளியிடப்பட்டது. துணிச்சல் கொண்ட பதிப்பகத்தார் இரண்டு புத்தகங்களையும் ஒன்றாக்கி வெளியிட்டு அதற்கு "மானதா தேவிக்கும் ரமேஷ் தாவுக்கும் இடையேயான குற்றச்சாட்டுகளும் எதிர் குற்றச்சாட்டுகளும்" என்று உற்சாகமாகத் தலைப்பிட்டனர். மானதா தேவியின் புத்தகத்தை வெளியிட்டதன் நோக்கம் எதுவாக இருந்தாலும், சமூகவியல், வரலாற்று ஆவணமாக அது மதிப்பு மிக்கது என்பது தெளிவாகத் தெரிகிறது.

●